THE ADVENTURES OF THE
GOOROO PARAMARTAN

THE ADVENTURES OF THE
GOOROO PARAMARTAN:

A TALE IN THE TAMUL LANGUAGE ACCOMPANIED BY A TRANSLATION AND VOCABULARY, TOGETHER WITH AN ANALYSIS OF THE FIRST STORY.

BY BENJAMIN BABINGTON

GYAN

Published by

GYAN

Gyan Publishing House
5, Ansari Road
Daryaganj, New Delhi-110002
Phone: 011-47034999, 9811692060
E-mail: books@gyanbooks.com

Distribution Network
gyanbooks.com
India, USA, Canada, UK, Australia, France

ISBN: 978-81-212-7943-7 (PB)
First Published, 1822

2nd Impression 2023

Printed at: Gyan Press, Delhi.

THE ADVENTURES OF THE GOOROO PARAMARTAN
Author: BENJAMIN BABINGTON

ADVENTURES,

&c. &c.

பரமாறதகுருவின

கதை.

THE ADVENTURES OF THE

GOOROO PARAMARTAN:

A TALE IN THE TAMUL LANGUAGE: ACCOMPANIED BY A TRANSLATION AND VOCABULARY, TOGETHER WITH AN ANALYSIS OF THE FIRST STORY.

BY BENJAMIN BABINGTON,

OF THE MADRAS CIVIL SERVICE.

LONDON:

J. M. RICHARDSON, 23, CORNHILL.

MDCCCXXII.

TO THE

HONOURABLE THE COURT OF DIRECTORS

FOR

MANAGING THE AFFAIRS

OF THE

UNITED EAST INDIA COMPANY,

This Translation,

IS

RESPECTFULLY AND GRATEFULLY

DEDICATED,

By their most obedient

and most humble Servant,

B. G. BABINGTON.

PREFACE.

THE Tamul language is spoken by a population of more than five millions; being current in the Southern portion of the Peninsula of India, throughout the Jaghire, the districts of South Arcot, Salem, Coimbatoor, Combaconum, Tanjour, Trichinopoly, Madura, Dindigul, and Tinnivelly, as well as in many parts of the extensive kingdom of Mysore.

It is not derived from any language at present in existence, and is either itself the parent of the Teloogoo, Malayālam and Canarese languages, or, what is more probable, has its origin in common with these in some ancient tongue which is now lost, or only partially preserved in its offspring.

In its more primitive words, such as the names of natural objects, the verbs expressive of physical action or passion, the numerals, &c. it is quite unconnected with the Sanskrit, and what it thence so largely borrowed, when the Tamuls, by intercourse with the more enlightened people of the North, began to emerge from barbarity, has reference to the expression of moral sentiments and abstract metaphysical notions, and is chiefly to be found in the colloquial idiom. In this remarkable circumstance, and also in the construction of its alphabet, the Tamul differs much from the other languages of the South, which are found to admit the Sanskrit more largely in literary and poetical compositions than in the ordinary dialect of conversation, and which adopt the arrangement of the Sanskrit alphabet with scarcely any variation. The higher dialect of the Tamul, on the contrary, is almost entirely free from Sanskrit words and idioms, and the language retains an alphabet which tradition affirms to have heretofore consisted of but sixteen letters, and which, so far from resembling the very perfect alphabet of the Sanskrit, wants nearly half its characters, and has several letters of peculiar powers.

Since, therefore, as might have been expected from its geographical situation, the Tamul language has stronger traces of originality than any of the cognate dialects of Southern India, it is, with propriety, taken first in the order of study, and he who adds a knowledge of this Southern tongue to the more polished language of the North,* has more than half accomplished the acquisition of all the Hindoo languages of India.

It is unnecessary to enlarge upon the utility of the Oriental languages to those who are destined to the conduct of public affairs in India; since the advantage of an immediate intercourse between the mass of the people and those who are intrusted with their government, is now not only generally acknowledged, but also earnestly sought, in the measures which have been adopted, both at home and abroad, for the education of the Honourable Company's Servants.

It is the object of the following pages, to furnish materials for commencing, in this country, the study of the Tamul language, and for this purpose a Tamul Tale has been selected, of which a Translation, Vocabulary and Analysis have been furnished.

---

* The *Sanskrit* is thus designated in the Tamul countries.

The Story of the Gooroo Paramārtan, is one of the lighter productions of that profound scholar and rare genius, father Beschi;* and, if it had any higher aim than the mere amusement which its author might derive from thus satirizing the

---

* The few following particulars, of one whose fame is so well estabished in the South of India, may not be unacceptable to those whose views are directed to that country. They are taken from a Tamul MS. in my possession.

Vīramāmooni or the great Champion Devotee, as Beschi is surnamed by the Tamuls, was a native of Italy, and one of the religious order of Jesuits. Having been appointed by the Pope to the East India Mission, he arrived, in 1700, at the city of Goa, on the Western coast. He thence proceeded to Āvoor, in the district of Trichinopoly, where he studied the Tamul language in both its dialects, as well as the Sanskrit and Teloogoo; and with a view to public employment, which it was ever the Jesuit policy to seek in order to promote their religious views, he made himself master of the Hindostannee and Persian. It is probable that he held political offices in the earlier part of his life, for we can hardly suppose him to have risen at once to the appointment of Divan, which he held under the celebrated Chunda Saheb, during his rule as Nabob of Trichinopoly, especially as Chunda Saheb did not assume the government of that place until the death of the Rajah, which happened in the year 1736.

From the moment of his arrival in India, he, in conformity with Hindoo custom, abandoned the use of animal food, and employed Brahmans to prepare his meals. He adopted the habit of a religious devotee, and on his visitations to his flock assumed all the pomp and pageantry with which Hindoo Gooroos usually travel. He founded a church at Konāngooppam Ariyanoor, in the district of Baroor, and my MS. notices particularly a picture of the Madonna and the child Jesus, which he caused to be painted at Manilla and set up in that church. It was in honour of this Madonna, of her husband Joseph and the Lord Jesus, that he composed the Sacred Poem called Tēmbāvani: which, vying in length with the Iliad itself, is by far the most celebrated and most voluminous of his works. It contains 3615 tetrasticks, each of which is furnished with a prose interpretation; and, to judge from the only Padalam or Canto which I have had an opportunity of reading, where the murder of the innocents is described, its merits are not over-rated. Vīramāmooni also founded a church at Tirookāvaloor,

Indian Priesthood, it was probably intended as a pleasant vehicle of instruction to those Jesuits whose labours required a knowledge of the Tamul language. Its grammatical accuracy, the variety of idiomatical expressions and constructions which it contains,

---

a name which he gave to the town of Vadoogapet, in the district of Ariyaloor, and on the Madonna there he composed three Poems: Tirookāvaloor Kalambagam, Anneiyajoongal Andādi, and Adeikala Mālei.—The following are the most important of the remaining works of this author; which, with exceptions that will be noticed, are extant only in MS.

Kitēri Ammāl Ammānei, a poem. Vēdiyarojookkam, a work in prose; where, as the name implies, the duties of one who has devoted his life to religion are laid down. Vēda Vilakkam, also in prose; which, from the title (the light of the gospel), I presume to contain some doctrinal exposition of the Roman Catholic Faith. A Dictionary, Tamul and French; another Tamul and Portuguese; a third Tamul and Latin (see Note to page 67). Sadoor Agharādi, or the Four Dictionaries; a Tamul work relating to the higher dialect. Of philological works he has furnished Tonnool Vilakkam; a Tamul Grammar of the higher dialect, written in Latin. Of this I made a Translation in 1814; which, having become the property of the Madras Government, is now, as I learn, under course of publication at their College Press. The Clavis Humaniorum Tamulici Idiomatis; a second Grammatical Treatise in Latin, relating to the higher dialect. A Latin Grammar of the common dialect; which has been published at the College Press at Madras; and of which a faulty and vulgar translation has long been before the public.

Such were the literary labours of Beschi, and he was distinguished as much for his piety and benevolence as for his learning. To the conversion of idolators his principal efforts were of course directed, and they are said to have been uncommonly successful. Perfect master of Hindoo science, opinions and prejudices, he was eminently qualified to expose the fallacies of their doctrine, and the absurdities of their religious practices; and, accordingly, he is much extolled for the triumphs which he obtained, in those controversial disputations which are so frequent among the learned in India, and for the almost miraculous skill which he displayed, in solving various enigmatical questions which his adversaries propounded for his embarrassment.

It remains a subject of regret, that talents so rare, should have been devoted to

and the apparently studied manner in which a great number of words are brought together in so small a compass, seem to justify this supposition; but, whatever may have been its first design, if these advantages be considered, and we further add that the incidents, though by no means devoid of humour, occasionally somewhat coarse, yet owe no part of their interest to those immoral allusions so frequent in Hindoo compositions, it will, I think, be admitted, that it is not ill suited to the object to which it is here appropriated.

In the Translation, it has been my endeavour rather to adhere to the literal meaning of words, than to attempt, by indulging in latitude of expression, to give the force and spirit of the original. In languages so widely differing in idiom, as the Tamul and English, it became necessary to adopt decisively one or other of these methods of translation; and though I am aware, that where the sole aim is to convey the force and style of an Author, this is far from being accomplished by a servile adherence to his diction, yet where instruction is the object, and the interpretation

---

the promotion of a religion scarcely less replete with error, than that which it supplanted: but we may draw this practical conclusion from Beschi's success, that a thorough acquaintance with Hindoo learning and a ready compliance, in matters of indifference, with Hindoo customs, are powerful human means, to which the Jesuits owed much of their success, and which should not, as is too much the case, be despised by those who undertake the task of conversion in a better cause. Viramāmooni continued to hold the office of Divan, in Trichinopoly, until the year 1740; when that city being besieged by the Mahratta army, under Morary Rao, and Chunda Saheb being taken prisoner, he contrived to effect his escape, and fled to the city of Gāyal Patanam, then belonging to the Dutch. He there remained, in the service of the church, until 1742, when he was carried off by an illness, the particulars of which are not stated. His name is still remembered in Gāyal Patanam, and masses continue to be offered up for the salvation of his soul, in that city and its neighbourhood.

is intended as a substitute for a living teacher, it appears to me that the student is best assisted, when every passage is rendered as closely as is consistent with clearness and grammatical accuracy.

To detail the various cases, in which diversity of idiom and the consequent deficiency of analogous expression have obliged me to have recourse to periphrasis, would be but to point out what will be sufficiently apparent on inspection. I may mention, however, that I have found it difficult, and sometimes impracticable, to represent in English the honorific forms which so conveniently and elegantly serve in Tamul to distinguish the relative rank of persons. Those who are conversant with Italian, will call to mind, that there are several gradations of respect which one individual may indicate, by his mode of addressing another. He may commence his dialogue with *tu*, or *vòi*, or *ella*, or *vossignoria*, and yet it would be difficult in our language to find an exact equivalent for the value of these expressions. In Tamul these honorific distinctions are marked, as well in substantives, and even in verbs, as in pronouns,* and they are preserved not only in addressing another, but also in speaking of a third person.

The Vocabulary is intended to contain all the words which occur in the original Tale, and to give such meanings to each as are in use in the common dialect of the language. The motive for thus enlarging it was to supply the want of a dictionary, which in this country is not procurable, and thus to put the student in possession of the greatest quantity of information which could be derived from the perusal of a single book.

The most complicated rules of the Tamul accidence, and those which admit of the greatest number of exceptions, relate to the

---

* See an instance in Page 122 and the Note upon it.

formation of the past and future tenses of verbs; and, as is usually the case with grammatical anomalies, they, for the most part, occur in words of frequent use, and such as will be found in the Tale before us. I have, therefore, with a view to familiarize the student's eye to these, inserted after each verb the terminations, in the first person singular, of the past and future tenses. The parts of speech are likewise stated throughout; and, with the kind and liberal assistance of Mr. Charles Wilkins, I have been enabled to refer the derivations from the Sanskrit, to their originals in the Dēvanāgari character. The printed Dictionary in use in India, does not give any of these particulars, and, to that extent, I may venture to hope, that the Vocabulary here offered is better adapted to the use of a beginner.

Tamul Syntax, more especially that of the low dialect,* has not hitherto been considered in detail by grammatical writers; nor do the native teachers, many of whom are acquainted with English, offer any very satisfactory explanations on this subject to their English scholars. The idiom is highly elliptical, and there is therefore room for discussion with regard to the supply of what is understood; some striking peculiarities exist in the powers of verbal derivatives, and numerous are the constructions which bear no analogy to what we find in other languages.

An Analysis of the first Story has been attempted, but, for the reasons just stated, it can hardly be expected that in all cases the explanations offered will prove quite satisfactory and free

---

* In Mr. Ellis's translation of Tiroovalloovan Cooral, a collection of Moral Apophthegms, written in poetry, an analysis is given of the construction of each distich, by which the syntax of the higher dialect may be advantageously studied. The learned author did not live to complete this translation; but as 777 pages are already printed, it is to be hoped that this curious work will be carried on to its conclusion, by some one of the many Oriental Scholars now at Madras.

from objection. The method I have followed, has been to give a literal translation of each sentence, numbering the English words according to the Tamul order. I have then proceeded to parse the Tamul words in their natural arrangement, numbered consecutively to refer them to the English. This parsing embraces an explanation of the inflections which each word has undergone, the relation which it bears to the sentence in which it is placed, and the changes which, for the sake of euphony, take place in its initial and final letters.

This last branch of Tamul Grammar, is one to which I would particularly direct the attention of the Scholar; first, because, as the language is written without any division between the words, unless it be well understood, it is absolutely impossible to read with even tolerable fluency; secondly, because much stress is laid on it, as a point of education, among the more literary of the Natives; and, thirdly, because it will be found in some measure to illustrate the permutations which, in a minor degree, were in use among the Ancient Greeks. I may add another, and perhaps the most important reason for attaining a thorough knowledge of the changes of letters; namely, that they are not to be considered, in all cases, as merely conducing to harmony of sound, though this must have been their original, as it is their usual object: in many instances they serve the more essential purpose of marking a difference of sense in words, which, from their similarity, might otherwise be confounded.*

---

* Thus, the letters க, ச, த, ப, occurring at the commencement of a word, are respectively doubled after an infinitive mood possessing its usual powers; but if that infinitive be used in the sense of an imperative, those letters remain without augmentation. So likewise when those letters at the commencement of a word follow a noun in the nominative case, they remain single; but they are doubled if that noun be nominative in form, but genitive in signification. Lastly

Both in the Vocabulary and Analysis, constant reference is made to the Tamul Grammar, recently published by Mr. Anderson; a work which, by judiciously uniting all the information scattered through several grammatical treatises, has supplied a long-felt deficiency in the elementary part of the language. I have also made use of the printed Tamul Dictionary, and of two MS. Dictionaries in my possession, the one Tamul and French, and the other French and Tamul. To the latter works I am more especially indebted, for much of the matter contained in the Notes.

It remains for me to notice one or two particulars, with which it is fit my readers should be acquainted.

In Tamul, as in Sanskrit, all the vowels are represented in writing, except the first, which is considered to be *inherent*, as essential to the proper articulation of every consonant to which other vowels are not affixed. Still there is an ambiguity, because a consonant may be *dead*, as the Tamuls significantly express it, that is, without any following vowel.

The Natives themselves do not distinguish in writing these two cases, trusting to the context for a solution of all difficulty; and we need not doubt that this is sufficient to guide them, when we recollect, that throughout the Mahomedan languages, not one only,

---

to give an example from our own Tale, we find this clause in the Second Story, "ஏதோவந்தபோல்லாட்பேண்ண:" where we observe that the initial ப, of the word போல்லாட்பு, remains single, and we hence conclude that the preceding word is the past participle வந்த, from the verb வருகிறது. If, on the contrary, the initial ப had been doubled, we should have known the preceding word to be the pronoun உந்த, and that the letter வ was introduced before it, with the force of the Greek *digamma*, that the hiatus occurring between the final vowel of the word ஏதோ, and the initial vowel of the word உந்த, might be avoided.

but all the short vowels are omitted, and it is only in elaborate works that the diacritical points are inserted to supply their place. Europeans, however, have felt the necessity for marking the difference between the *dead* and the *animated* consonant; and it has therefore been a practice among them to place a dot over quiescent consonants, where ambiguity was likely to arise, and to mark with a dash above, a consonant with the inherent vowel. This method is never more than partially pursued, and the double distinction is evidently unnecessary. Conceiving that, to a beginner, all cases must be equally ambiguous, I have, in the following Tale, marked the quiescent consonants throughout, in the manner just mentioned. One exception alone occurs, in the letter *(na)* ந, which is never marked as quiescent, and the reason is, that the fount of letter which I purchased did not contain the requisite character. It would have been easy to have had a new matrix cut, but of this circumstance I was not aware until a considerable portion of the work was printed; and then, for the sake of consistency, it appeared better to make no alteration. The Student will not find this deviation perplexing, for the letter ந is quiescent, only when in company with another ந (A. G. Sect. 22), or with its homogeneous *vallinum (ta)* த.

The larger type used for the heading of Chapters, does not contain any dotted letters.

The English orthography which I have employed in representing Tamul words, is the same as that used by Mr. Anderson, excepting only that the *double o* is made to correspond with his Italian *u*. My motive for preserving this difference was, that I might retain the *u*, both short and long, for the purpose of representing the sound which the vowels உ and ஊ have, when followed by certain consonants of the cerebral class.

What is here offered to the public, is intended as a proof,

trifling indeed, but probably the last which it will be in my power to offer, of the desire that I feel to render myself useful to a service, for which I entertain the most unfeigned regard, and which nothing but extreme ill health should have induced me to quit. The performance, small as it is, will I fear be found to fall far short of perfection in its execution. In those Oriental languages which have long attracted the attention of European philologists, the assistance derived from books of reference is full and satisfactory; in the Tamul language this is far from being the case, and as the present small work was begun and has been completed in England, no opportunity has been afforded of consulting living authorities.

I am however fully sensible that I could have no right to put forth any book, especially one of instruction, which I did not believe to be at least tolerably free from error; and the experience of several years' practice in the Tamul language, latterly much increased, by my duties as Assistant Translator to Government, has afforded me some ground for the expectation, that such faults as may exist will not be found either very numerous or important.

With greater confidence do I ask indulgence for the typographical errors. Mr. Anderson's Grammar and the present composition, may be considered as containing the first attempts which have been made to print Tamul in this country, and the compositor was of necessity wholly unacquainted with the language. When it is averred that no pains have been spared to render the text accurate, perhaps the best apology is offered for those faults which may remain, and I may say, in the words of the great Porson, "Quod si in hac re et similibus aliquoties aut meo aut typothetarum errore peccatum est, ignoscet æquus lector, secum reputans, quam facile et mentis et oculorum acies hujusmodi minutiis examinandis hebetetur."

In conlusion, I beg to offer my warmest acknowledgments to my friend Mr. Anderson. But for the hope of that Gentleman's kind co-operation, the present work would probably never have been undertaken; and had not that hope been amply fulfilled by the material assistance which he has throughout afforded, it would certainly never have been finished.

ERRATA.

Page	58	Line	4	*for* meadows	*read*	belly
——	59	——	15	— conjurer	——	divine conjurer
——	80	——	7	— repast	——	supper
——	135	——	14	— ஐபஸஞர்	——	ஐயஞர்
——	138	——	20	— கடிவைக்கிறது	——	கட்டுவைக்கிறது
——	139	——	7, 8	— வுருவாள்	——	வுரிவாள்
——	150	——	3	— சம்பிரம்	——	சம்பிரம்
——	151	——	22	— சாதிஉண	——	சாதஉண
——	153	——	8	— சீறது	——	சீறிது
——	156	——	19	— தாழகம்	——	தாபகம்
——	185	——	9	— முண்தாசி	——	முண்டாசி
——	118	——	18	*insert* வுரபாரம், *sub.* a tumult, a quarrel		
——	143	——	23	*insert* கிஉளா, *sub.* a bough		

In Page 103, the sentence commencing "*This is a kind,*" is not correctly rendered. It should stand thus: "'This is a kind of Pōōjei peculiar to the deity of our caste: you will hereafter understand it well.' She added, as she was entering the house, in a low tone, as if talking to herself, 'It will be completed on your head.'"

பரமார்த்தகுருவின
கதை
முதலாவது
ஆற்றைக்கடந்த
கதை.

பரமார்த்தனென்றொருகுருவானவரி
ருந்தார். அவரேவணத்துக்கூழியஞ்செய்ய
மட்டியுமடையனும்பேதையுமிலேச்சனுமூட
னுமென்னுமைவர்சீஷர்க்களாகவிருந்தார்
கள். இவர்களறுவருங்காணனுடையாகமம்
றச்சீஷர்களைவிசாரிக்கக்கிறமங்கள்
வழிபோய்த்திரும்பிமடத்துக்குவருகைய
லோருநாள்மூன்றுச்சாமநேரத்திலோ
ராற்றங்கரைக்குச்சென்றார்கள்.

இந்தநதிகோடிதானாகையால்விழித்திருக்
கும்வேளையிற்கடக்கப்படாதென்றுகுரு
வானவர்மிலேச்சனையே ஆற்றினைத்தி
னைசோதிக்கவிட்டார். அதற்கவன்புகை
யிலைச்சுருட்டிற்றீப்பற்றவைக்கக்கையி
லேந்தினகொள்ளிக்கட்டையைக்கொண்டு
போயதை ஆற்றையண்டாதுதூரநின்றேம்
டித்தண்ணீரிலேதோய்த்தான்.

தோய்த்துவுடமன்றண்ணீர்சுற்றேன்றுபு
ணைநதது கண்டுமிலச்சனேன்பவன்பத
றித்தவறிவைழுநதோடி ஐயாவய்யாநதி
ணயக்கடக்கவைப்போதறுவொயன்று வுதுவை
ழித்திருநதுநான்தோடவுடனேநச்சுநாகம்
போலேசீறித்தியேரிகோபத்திற்புணைகந
துபாயநதேன்உண யேதிர்த்தவேகுளிக்கு
நாணுயர்பிணுழித்துத்தப்பிண தேயதிசேயந
தானேன்றன். வுதுக்குக்குருவாண வர்தே
வதிருவளாத்துக்குநாமேன்னசேய்வோத்
சற்றுநேரங்காத்திருப்போமேன்றண்ணுடை
பிலிருண்டநிமூலச்சேய்துபடர்நதமூத்சோ
லயிலுலுநக்கார்நதார்கள். வுங்கேபோ
ழுதுபோக்கவைநதநதியின்பலவைசேழங்
களாயவணவன்சோல்லிக்கோண்டுவரும
ளாவைஸ்மடியேன்பவன்சோன்னதாவது.

இநதநதியின்குறாரழுநதநதிரமும்பற்ப
லமுணறயேன்பாடன்சோல்லக்கேடிருக்
கிறேன். என்பாடன்வேகுவையபாரி
யாக்கும். வுவரோருநாலுப்புப்போதி
யேற்றிணவைரண்டுகழுணதகளாத்தாணுந
தன்கூடாளியுமோடிக்கோண்டுநடுவாற்
றிலிறங்கிவருணகயிலணடமட்டுமோடுகி
றகுளிர்நததண்ணீரிலேகோணடநாளா
கக்கோள்ளாச்சற்றிளாப்பாறத்தாங்க
ளுங்குளித்துக்கழுணதகளாயுநிறுத்திக்கு
ளிப்பாடிணர்கள்.

பின்பக்கரைக்குச்சேன்றவைடத்திலுப்
பேல்லாத்ணதயுமாறுதின்றதுமல்லாம

ணன்றாய்த்தைத்திருந்தகோணீகைவாயைச்சற்றுந்திறவாமலற்புதமாயுப்பேல்லாஞ்சோரீந்துவிட்டுத்திருடினதாகக்கண்டார்கள். ஆஆ இந்தஉப்பைப்பிடுங்கிக்கோண்டிருந்ததினாலேயல்லோவேங்களையாறுவிழுங்காமல்விட்டதுமகாநன்மையேன்றவர்கள்சந்தோஷப்பட்டார்களேன்றுமடிசொன்னான்.

உதற்குப்பேதையானவன்மற்றொருசேய்திதுவெக்கினான். இந்தவாற்றுக்குள்ளாஉபாயதந்திரந்திருட்டுக்கள்மேத்தவேன்னாலிலேநடந்ததுகேட்க. ஒருநாய்திருடினவாட்டுக்கறிக்கண்டத்தைவாயிலேகவ்விக்கோண்டுநடுவாற்றிலேநீந்திப்போகையிற்கபடாகவாறுவேறொருமாம்ஸத்துண்டுதண்ணீரிலேகாட்டினதாம். நாயோவேன்றாலோருகபடில்லாமற்கண்டதுபேரியதேன்றுதோன்றினதினாலேகவ்வியிருந்ததுண்டத்தைவிட்டுப்பேரியதைக்கவ்வவமிழ்ந்தினபோதுவமிதுவும்போயிற்றுநாயும்வேறுமனேயூரிற்சேன்றுதேன்றான.

இப்படிபேசிக்கோண்டிருக்கையிலக்கரையிலிருந்தோருகுதிரைக்காரனைவரக்கண்டார்கள். ஒருசாண்தண்ணீர்மாத்திரமாற்றிலோடிவருகிறதினாலவன்குதிரைமேணீன்றுசற்றுங்கூசாமற்சலசலவேன்றுகடுகிவந்தான். இதைக்கண்டவர்கள் ஐயையோவேங்கள்குருக்களுக்குங்

குதிரையிருந்தாலவருமவனையண்டிநாங்
களும்பயமில்லாமலாற்றிலிறங்கலா
மே எப்படியாகிலுமொருகுதிரைவாங்
கவேணுமையாவென்றுமன்றாடத்துவக்கி
னார்கள். பரமார்த்தகுருவானவரிந்தச்செய்
திமேலைக்குப்பேசுவோமென்றுபொழுது
சாய்ந்தஉஸ்தமானநேரங்கிட்டினதினாலேதி
ரும்பவாற்றுநித்திரைசோதிக்கவனுப்
பினார்.

அப்படியேயந்தக்கொள்ளிக்கட்டை
யைத்தானேமடையன்கொண்டுபோயுள்
ளேதோய்த்துச்சோதிக்குமிடத்திலேமுன்
றியவைந்ததினாலேசற்றுங்கிளம்பாததைக்
கண்டுகளிகூர்ந்தோடிச்சமையஞ்சமை
யம்வாய்த்ததுசத்தப்படாதுசுறுக்காய்
வாருங்கோள் ஆற்றுக்குநல்லசோத்திய
நேரமாயிற்று இப்பொழுதெஞ்சவுங்கூசவந்
தேனுவயஸ்லையென்றான். இந்தநன்மையை
மடையன்சொல்லக்கூட்டப்படவெல்லாருந்தி
டீரென்றெழுந்துகிமாவென்பாரின்றிய
றுவெரும்பதலமாகவாற்றிலிறங்கினார்கள்.
காலாலடிபட்டவைகள்முதலாய்ச்சல
சலவென்னுஞ்சத்தமிடாதபடிக்குவைத்த
வொவ்வொரடிக்குக்காலைத்தண்ணீர்மே
லெடுத்துத்தூக்கியப்பார்பேர்த்தூன்றித்
துணைக்கேணநெஞ்சம்பதைக்கத்தாண்டித்
தாண்டிநதியைக்கடந்துபோனார்கள்.

கரைசென்றேறினவுடனேபட்டசஞ்சலத்
துக்களவாகமகிழ்ந்துதுள்ளிக்கொண்

டிருக்கிறபோதுபநதிநின்றழுடனேன்ப
வென்றன்உணக்கூடாமல்மற்றவர்கஉள
யெண்ணினுன். எண்ணினவெடத்திஉஸவர்
மாத்திரங்கண்டதினல் வுப்பாடாவப்பா
டாவொருவனற்றேடேபோனேனயதோ
னுவநதுபேர்மாத்திரம்நிற்கிறேனமயா
வென்றபயமிட்டான். எல்லானுரயும்வரி
னுசயாய்நிறுத்தியருழுனறழும்ழுனறகுரு
தானேகணக்குப்பார்க்கவேப்போதுநதன்
உணநிக்கிக்கணக்கேற்றினபடியனுஉஸவர்
மாத்திரம்நிற்கிறேமென்றார். வுப்படிய
வணவென்றன்உணவெட்டோழுநதவர்கஉள
மாத்திரங்கூட்டிணதினுலோருத்தஉணயாற
வெழுங்கிணதுதங்கலுக்குள்ளோநிச்சயமா
யற்ற.

வுதுக்கவர்கள்கூகூவென்றலறிக்கோ
வென்றழுதுதம்முள்ளோருவனேருவ
உணக்கட்டிக்கொண்டுநெஞ்சிட்டுநதியெக
றடினுங்கடிதேபுலியனுங்கோடிதேலோ
காத்தியநதம்வணங்கிவாழ்த்திப்பணிநது
புகழப்படும்பரமாற்தகுருவென்சீஉஉணவெ
ழுங்கச்சற்றமத்சர்தேபோனுயோ வுடாவ
ணக்கத்தஉணபேரியநேத்சோகருங்கறட்டு
மகனேகோடுமவேங்னுகப்பறப்பேநீயனி
லோகத்திலாவாயோ இனிக்குலும்புணஉஸ
யுருடிப்போவாயோ உன்னுற்றழுழு
தும்வற்றிக்காய உன்னடிமணலலேகா
ணஸ்ப்பாய உன்ன உஸகஉளயக்கிணிமேய
உன்வயறழுன்றவறள உன்பள்ளழுள்

ளாலேநிரம்ப இனியோரமின்றிக்குலனாமை
யன்றிநின்றுவைடத்துணையாளாமின்றிவே
நதுகிடைக்கவேண்றார்கள்.

இப்படிபற்பலவனைசயுந்திட்டுங்னைகநே
ரித்துவசரல்முறுக்கிப்பதற்றுக்கொண்டி
ருந்தார்கள். ஆகிலும்பதற்னமிஊச்சத்
தனத்தினலநநேரமட்டுநதங்கலருக்குள்
ளாற்றேடபோனவனின்னேன்றேரு
வனறியவுமில்ஊயவனேவனேன்றுவசா
ரிக்கவுமில்ஊ. வுத்தறுவாயிலேவழிப்
போக்கனைகப்புத்திமானேருவன்சென்றும
னதிரங்கி எனையாவேதுவநததுரிதமென்
னசொல்லுங்கோளோன்றுகேட்டான். வுவர்
கலுமொழுங்குபடநடநதனைச்சொல்லவ
வனிவர்கள்மிஊச்சத்தனத்னைதநன்றாய்க்
கண்டுகொண்டுமுன்னனதெல்லாமாயற்
றுநீங்கலோணக்கொத்தவெகுமானத்தைச்
செய்வர்களானலாற்றேடபோனவ
ஊனயங்கேயழைப்பிக்கவேணக்குத்திராணி
யுண்டுவெகுவத்னைதபடித்தவனைக்குமென்
றான். வுதுக்குக்குருவானவர்சநதோஷப்
பட்டுநியப்படிசெய்தால்வழிக்குனைவத்தி
ருநதநாற்பத்தஞ்சுபணமுமுனக்கேதரு
வோமென்றார்.

வுவனுங்னைகயிலேநதினதடினையயோங்
கியதிலேயாக்குமிநதவசத்னையோடியருக்
குதுநீங்கள்நினைநினையாயிருநதிநதத்த
டியால்முதுகிலோரடிபடவேயவன
வன்றன்பெயனைரச்சொல்லயேண்ணிக்

கோண்டுவநதாலறுவருமிங்கேவநதிருக்
கப்பண்ணுவேனேன்றான். இப்படியவர்
களைநிறுத்திமுநதிமுநதிக்குருவைன்முது
கின்மேலேபலக்கவோரடிபோமவவரும்
வுப்பாமாநான்றான்குருவேன்ன வுவேணேன்
றேன்றான். இவ்வாறிவனேல்லாரையு
மோருவைச்சுவைசவேயவர்களுநதங்கள்
பேயர்வேறுவேறாகவுச்சரிக்கவுங்கணக்கேற்
றுவுமாறுபேயரிலோருவனுங்குறையா
மல்நிற்கக்கண்டோத்துக்கோண்டார்கள்.
ஆனுகயாலதிசேயப்பட்டுவநததேவைத்
னுதக்காரணமிகவும்ஸ்துதித்துச்சோன்ன
பணத்னுதக்கோடுத்துவைட்டுப்போனார்கள்.

இரண்டாவதுகுதிரை முட்டையவாங்கின கதை.

பரமார்த்தகுருவுமந்தசீஷர்களும மடத்துக்குச்சேன்றபின்பு ஆற்றிலேதாங்கள் பட்டவேதனையைச்சோல்லித்திரிந்தார்கள்.

அதிலேமடத்தைப்பேருக்கிக்கோண்டிருந்தவோருகண்குருட்டுக்கிழவனந்தசேல்லாத்தையும்வெபரமாய்க்கேட்டுநீங்களுங்களையெண்ணிக்கணக்கேற்றனவகையலேமோசம்வந்ததேன்றிருக்கிறேன்றன்னையாகிலும்வேறொருவனையென்கிலுந்தப்பவிட்டெண்ணினாற்கணக்குத்தப்பும். ஆகிலும்வேறேசனமயம்வந்தாலப்படிப்படமோசம்வராதபடிக்குபாயநானேசோல்லித்தருகிறேன். காட்டிலேகிடக்குஞ்சாணங்கிபோறுக்கிக்கூட்டியோப்பாவாகத்தட்டியெல்லாருக்குமுவருந்துநண்முக்குச்சாணத்திற்பதிக்குந்தமுக்கினதின்பிறகுசாணியற்பட்டகுழிகளையெண்ணவேகணக்குத்தப்பாமலேத்தவளைபேறேன்றறியலாமே. அப்படியே அறுபதேழுபதுவருஷத்துக்குமுன்னேபத்துப்பேண்டுகள்கூடினவேடத்

தில்நாங்கள்கணக்கேற்றுணவனாகயதாக்குமேமென்றான்.

இதுநல்லவுபாயந்தானேபணத்துக்குச்சிலவில்லையோருத்தனுக்குந்தோன்றதே போயற்று. ஆகிலுமெல்லாக்காரியத்துக்குமொருகுதிரைவாங்கினாலுத்தமம். ஐயாவெப்படியாகிலுமுமக்குக்குதிரைசம்பாதிக்கவேணுமென்றுசகலருஞ்சொல்லக்குதிரைவிலையெவ்வளவாயிருக்குமென்றுகுருவும்விசாரித்தார். விசாரிக்குமிடத்தில்நாற்பொன் ஐம்பதுபொன்னிற்குறையாதென்றுகேட்டதினாலேயம்மாத்திரத்துக்கவகாசமில்லையென்றுகுருவானவர்சாதித்தார்.

இவ்வாறிவர்கள்பலநாளுமாலோசனைசெய்துகொண்டிருக்கையிலேமேயவிட்டகறவைப்பசுவொருநாட்பொழுதுசாயும்வேளையில்வீட்டுக்குவாராததைக்கண்டூரிலேங்குந்தேடினார்கள். தேடினவிடத்திலுமகப்படாததினால்மறுநாள்மடியென்பவன்சுற்றுக்கிராமங்களிலே தேடப்போனான்.

எங்குங்காணாமல்மூன்றுநாள்வந்துமடத்துக்குச்சென்றவிடத்திலே அய்யாபசுவைக்காணேன் ஆகிலும்பாரமல்லக்கோத்சவிலையாய்நமக்குக்குதிரையகப்பட்டதென்றுசந்தோஷமாய்ச்சொன்னான். அதெப்படியென்றாசையோடேகுருவுங்கேட்கப்போனகறவையைத்தேடவூருக்கூர்காட்டுக்குக்

காடுகொல்லைக்குக்கொல்லைபோயெல்லாஞ்சோதித்துவருகையிலொருபெரியவெளியின்கரைச்சார்விலேநாலைந்துகோளிகைக்குதிரைகள்மேயவுங்கிடக்கவுங்கண்டேன். போகப்போகவருகேசென்றவிடத்திலெங்குமிருகையினாற்றழுவப்படாதகுதிரைமுட்டைகளைக்கண்டு அதில்வந்தவொருவனைக்கேட்கவதுகள்குதிரைமுட்டைதானென்றுமொவ்வொன்றுக்குநாலைந்துபொன்மாத்திரம்விலையாமென்றுமவனெனக்குச்சொன்னான். அய்யாவதுநல்லசமையத்துலாபமாய்ச்சாதிக்குதிரைவரும்நாமெப்படிவளர்த்தோமோவெப்படிபடிப்பித்தோமோவப்படியேளிதாகுமென்றுமட்டியென்கிறவன்சொன்னான். எல்லாருக்குமிதுவேசம்மதியாகியவனோடேமடையனென்றவனைக்கூட்டிக்கையிலைந்துபொன்கொடுத்துடனேபயணப்படுத்தியனுப்பினார்கள்.

சொன்னதன்மைக்குமட்டியுமடையனுங்குதிரைமுட்டைவாங்கப்புறப்பட்டுப்போனபின்பாடுமூடனென்பவனொருசந்தேகத்தைக்கொண்டுவந்துவிட்டான். நல்லசாதித்துரகதமுட்டைவருமென்றுவைத்துக்கொள்ளுங்கொள்வந்தாலுமடைகாத்தபிற்பாடல்லோபொரிக்கும். ஆகிலுமதையாரடைகாக்கிறதப்பாவறியேன். இருகையால்தழுவப்படாதென்றனேபத்துக்கோழிகளைக்கூடவைத்தாலும்பத்தவு

மாட்டாதுநிற்கவுமாட்டாது அப்புறமிதுக்குப் போம்வழிசொல்லுங்கோளென்றான்.

என்றதைக்கேட்டெல்லாரும்பேசுவழிய் பாட்டமாயொருவனொருவனைப்பார்த்துக் கொண்டுவாய்விடாமற்பேசாதிருந்தார் கள். அனேகநேரம்போனபிற்பாடுகுருவா னவர்தானேநமக்குள்ளேயொருவனுமை காத்தாலொழியவேறேவழிகாணேனென் றுதண்த்தணியேநின்றமூவனாயுங்கேட்க வெவனவன்போக்குச்சொன்னான். இவன்றி னந்தினநானே ஆற்றிலேபோய்வெண்டி யதீர்த்தமெல்லாங்கொண்டுவரவுங்காட்டி லெபோய்வேண்டியவேரிகரும்புசம்பா தித்துக்கொடுக்கவுமெனக்குத்தியோகமா கக்கொள்ளவனுட்கார்க்கக்கூடுமோவென் றான். அவனேவென்றலரவும்பகலுமா கப்பின்வாங்காமல்மட்டப்பள்ளியிலெநா னெகிடந்துபத்துப்பெருக்குச்சொறுக்கவு நானுவைதக்கறிகளாச்சனுமக்கவம்வைநனுத யாணபணியாரமுண்டுபண்ணவும்வெந நீர்காச்சவுமடுப்பண்ணுடையலேசாகிறதல் லொபிறகனுடகாக்கிறதென்னலாகுமோ வென்றுசொன்னான். மற்றொருவன்வைடி யாமுன்னேநானாற்றுக்குப்போய்த்தந்தா வணம்பண்ணிவாய்கொப்பளித்துமுகங் கழுவைக்குககால்சுத்திசெய்துமுறையோ மெல்லாவனுஷ்டாணங்களையுமுகித்தபின் புஷ்ங்காவணங்கள்பலவுநதிரிந்துபுதுவெ ரும்புக்களைத்தேரிந்தெடுத்துப்பூச்சியமாயங்

கேகொண்டுவநதுநெடுத்சாரங்களைத்தோ
டுத்துப்பலவெக்கிறகங்களிலேயற்சனை
யோபேசாத்தித்தேவபூசைக்குநித்தியமெய்ய
நவைசெய்வதேன்பாரிசமல்லோவெத்தோ
மனைபயற்கிடக்கலாமோவேன்றான்.

அதுக்குக்குருவானவரிதேல்லாமுள்ள
துதானேபோனமற்றிரண்டுபேர்களா
லேயுமாகாதே. ஒருத்தன்வருகிறவர்கள்
போகிறவர்களைவெசாரிக்கவுமவர்கள்
சொல்லுமுத்தரத்துக்குமறுவுத்தரங்கோ
டுக்கவுங்கொண்டுவநதுவெடும்வழக்குக்
கேட்டுத்தீர்க்கவுமுகியாதவேளையாயிருக்
கிறன். கனைசியரேமேட்டியென்பவனேதுக்
காணுமேவணசனையத்துக்கேல்லாங்க
னைசநனைதபேச்னைக்குப்போறவனல்லோ.
ஆனகயால்நீங்களடிக்கடிவேண்டியவ
ழியத்துக்குத்திரியவேணுமுள்ளதுதானே
நானுனலங்கேசும்மாவல்லோவிருக்கி
றேன். அநதமுட்டனையமடியரேனைவத்
துக்கோண்டுனைகயாலேதமுவெப்போர்னுவ
யாலேமுடிமார்போடணைத்தேயன்போ
டுபேணியனைகாப்பேன். குதிரைபோரித்
தாலேபோதும்படித்தகும்பினையாசம்
பார்க்கவேண்ணுதேன்றர்.

இநதவாலோசனையேல்லாமடத்திலேந
டக்கும்போதுமுன்றாஞ்சாமத்துச்சநதிரோ
னைதயத்தோடுபுறப்பட்டமேயுமனையனுமி
ரண்டனைரக்காதவழிக்கப்பால்முன்கண்டு
குறித்தவனைமயாலத்துக்குப்போய்ச்சாம்

பற்பூசிணிக்காய்த்திரளாய்க்காய்த்துக்கி டந்தவேரியின்கரைக்குச்சென்றார்கள்.

அதைக்கண்டுமிகவுங்களிகூர்ந்துகாத்திருந்தகுடியானவன்கிட்டப்போயிந்தக்குதிரைமுட்டைகளிலேங்களுக்கொருமுட்டையவசியமாய்த்தரவேணுமப்பாவென்றுகெஞ்சினார்கள். அவனுமவர்கள்பேதைமைகண்டுகொண்டு ஓ ஓ இந்தவுத்தமசாதிக்குதிரைமுட்டையைநீங்கள்வாங்கத்தக்கவர்களோவெகுவிலைபேற்றதாக்குமென்றவன்சொல்லப்போமய்யாவிதுக்கைந்துபொன்தானல்லவிலையென்றுநாங்களறியோமோவிதோவைந்துபொன்னையும்வாங்கிக்கொண்டுநல்லமுட்டையைத்தாருமப்பாவென்றார்கள். அதற்கவனீங்கள்நல்லகிரேஷ்தர்தானேயுங்கள்குணத்தைப்பற்றியிந்தவிலைக்குக்கொடுக்கச்சம்மதிக்கிறேன். ஆகையாலுங்களுக்கொருமுட்டைச்சரிப்போனதைத்தெரிந்துகொண்டுபோங்கோள். ஆனாலந்தமலிவோடேவாங்கினதாகப்புறத்தியலேவெளியிடாதேயுங்கோளென்றான். அவர்களிருவருமெல்லாத்திலும்பெரியதொருகாயைத்தெரிந்தெடுத்துமறுநாளதிகாலமேபளபளவென்றுவிடியும்பொழுதெழுந்துபுறப்பட்டார்கள்.

மடிதலைமேற்பதலமாய்முட்டையையேடுத்தேற்றிமற்றொருவன்முன்னேவழிகாட்டிக்கொண்டுபோகையில்மடிசொல்லத்

துடங்கினான் ஆ அமுன்னோர்கள்சொன்னது

"தவஞ்செய்வார்தங்கருமஞ்செய்வார்"

இதுக்கத்தாட்சியப்போகண்ணாலேகண்டோம். நம்முடையகுருக்கள்பண்ணிக்கொண்டுவருகிறதவத்தின்பலனிதுவே சாதிக்குதிரைநூறுபொன்நூற்றைம்பதுபொன்பெறத்தக்கதுநாணுமநதுபொன்னுக்குவாங்கிக்கொண்டுபோகிறோமேயென்றான். அதுக்குமடையனிதிலேயாலோசனையோ

"அறத்தால்வருவதேயின்பமற்றெல்லாம்
புறத்தபுகழுமில"

வென்றதுநீகேட்கவில்லையோ. உலாதியமாத்திரமல்லப்புண்ணியத்தினாலின்பம்வருமொழியமற்றதெல்லாந்துன்பமுமபகீர்த்தியுமாகும். என்தோப்பனார்நெடுநாள்வெகுபுண்ணியங்கள்செய்தல்லோநான்பிறந்தபலனையுமகிழ்ச்சியையுங்கண்டாரென்றுமடையன்சொன்னான். அதுக்கிவனிதிலேசந்தேகமோ "ஆமணக்குவிரைத்தால் ஆச்சாமுளைக்குமோ" நல்லவனுக்குநன்மைவருந்தீவனுக்குத்தீய்மைவருமென்றான்.

இப்படியேபேசிக்கொண்டுவெகுதூரநடந்தபின்புசாய்ந்துதொங்கினமரத்தின்கொட்புக்குறக்கேயட்டுவிழுத்தாடினபூசிணிக்காய்கிழேகொத்துக்கொத்தாய்ப்படர்ந்தசே

டியன்பேரீஸ்வைளைசப்படைவைழுநதுதகர்ந துளைடநதது.

வுப்போதநதப்பூண்டிலேபதுங்கியருநத ழுசலதிர்நதேழுநதோடிப்போயற்று. இதோகூடிலிருநதகுதிரைமறியோடுதேன் றபயமிடிருவருமளைதப்பற்றிப்பிடிக்கத் தோடர்நதார்கள். மேடும்பள்ளமுங்கா டும்வெளியும்பாராமலோடவெயுடுத்தசீ லைகள்முட்செடியலேமாட்டிக்கிழிநததுபா திபிடிபட்டதுபாதிமிதித்தகப்ளைடச்சளை ளையக்கிறத்ளைதத்தமுள்ளாலரத்தம்பாய உடம்பெல்லாம்வேர்ளைவவடியநேஞ்சு பளைதக்கவெருகாதளைடக்கவெளத்திளத்தி ளைரக்கக்குடலேதேறிக்கவோடியோடிளை முசற்பிடிபடாமலிருவருநதவெத்துத்த ளைகத்துவெழுநதார்கள். இதுக்குள்ளாக முசல்போய்க்கண்ணிலேசநதியாமலோ ளித்துவேகுதாரமோடிப்போயற்று. வுவர் கனமிளைப்புப்பாராமலேழுநதுமுள் ளுக்கல்லுக்கப்ளைடகளாலேகாயப்பட் டகால்நோண்டிநேண்டியங்கங்கேதேடிச் சலித்துப்போயன்ளைறக்கேல்லாம்பசியும் படிணியுங்கிடநதஉஸ்த்தமித்தபின்புமடத் திற்சேன்றார்கள்.

மடத்துவாசலில்நுளைழயும்போது வுப் பாடாவப்படாவேன்றுதங்கள்வாயலே யளைறநதுகோண்டுகிழேயடித்துவெழுந தார்கள். ஏதோவேதோவநதபோல் லாப்பேன்னவேன்றுமற்றவர்கள்வநது

னைகதூக்கியெடுத்துக்கேட்கநடநதவர்தமா
னமெல்லாமிருவரும்வைபரமாய்ச்சொன்
னபிற்பாடுமடியேன்பவன்சொன்னான்.
அய்யாநான்பிறநதநாட்போன்றியோருக்
காலுமித்தஉணவேகக்குதிரையைக்காணேன்.
கறுப்புப்பாய்நதசாம்பனிறமாய்நிலாத்
திலேயும்பெருமத்திலேயுமுசலோத்தருப
மாய் ஒருமுழநீளமாயன்னங்கூடில்க்கி
டநதமறியானுலுமிருசேவைவைனுறத்துக்
கொண்டிருவைரழ்கனைடநீலாத்தேறவாஉல
யுநதாக்கிநிலத்திலேநேத்சுபடநாலுகால்
வைரித்துநீடியோடினசுறுக்கும்வேகமுந்
சொல்லவுங்கருதவுங்கூடாதென்றான்.

அதுக்கெல்லாருமங்கலாய்த்திருக்கக்குரு
வானவரவர்களையமத்தி ஐநதுபோன்
போனதல்லாதுதானேயாகிலுங்குதிரை
மறியும்போனதுதாவளை. மறியாயிருக்க
வைப்படியோட்டம்பிடித்ததிண்மேற்பத்சா
ரமாகிறபோததின்மேலாரிருக்கப்போ
கிறார்கள். நான்கிழவனுக்குமநதவற்கக்கு
திரைசும்மாயலவசமாய்த்தநதாலுமே
னக்குவேண்டாமப்பாவென்றார்.

முனறாவது

வாடகைமாட்டேறிய

பயணம்போன

கதை.

பலநாளாயிருந்தபின்புதூரப்பயணத்துக்கவசரம்வந்தது. அத்தனைதூரங்கானடையாகப்போகக்கூடாதென்றொருமொணுழுமாடுவாடகைக்கமர்த்திக்கொண்டுவந்தார்கள். அதின்வாடகைக்குநித்தமொன்றுபணங்கொடுக்கத்தீர்ந்துபலவனுவலனுலேவேடிந்ததின்மேலொருசாமங்கடந்தபின்பயணமாய்ப்புறப்பட்டுப்போனார்கள்.

கொடுமைவெயிற்காலமாகக்கொள்ளாநடக்கநடக்கச்சுள்ளுச்சுள்ளனவெயிலுமேறிக்கவொருமரமுஞ்செடியுங்கிடையாமலுமொருமணறவநிழலுமில்லாமலும்வெட்டவெளியிலகப்பட்டார்கள். அப்படிப்போகப்போகக்கொடுமைவெயிலகொரத்துதப்போறமல்ப்பசுங்கிறுரத்தண்டுபோலேகிழக்குருக்கள்துவண்டுமாட்டினின்றுகிழேவிழுந்திருந்தார். அதைக்கண்டுசீ

உடிர்களவஞரயெடுத்திறக்கியொருநிழ
லில்லாஞமயால்நிறுத்திணமாடிணிழ
லிற்கிடத்திச்சிஉலயால்வைசிறிக்கொண்டி
ருநதார்கள். உவருக்கிதிலெவெகுவாறு
தலாணதின்டிறுகுகுவருநதகாற்றுவைசமிளா
வுமாடின்மெலெறிமெள்ளமெள்ளப்
பொய்ப்பொழுதுசாய்நதுபொகாழுன்னெ
யொருசிற்றாரிற்சென்றுறங்கிஞர்கள்.

உங்கெசிறியதொருநஞடகூடத்திஞஞழந
தவடனைமாட்டுக்காரனுக்குழுன்றுபணங்
கொடுத்ததுக்கவன்பொராதென்றன். இதெ
துமுன்னுன்னெடபொருநதிணவற்ஞறக்
கூலியதுதாணல்லொவென்றவர்கள்
சொல்லவென்மறுத்துச்சொல்லுவான்
மாடுவாகணமாகவுதவைணதுக்கிநதக்கூலி
பொருநதிணதுசரியெடின்புநடுவழியலென்
மாடுவெயிலுக்குக்குஞடயாகவுதவைணதுக்
குக்கூலிதெஞவயில்உலயொவென்றுகூட்டி
டவத்தாயமிதென்றவர்கள்சிணநதெ
திர்க்கவெகுசண்ஞடபற்றிக்கொண்டாரா
பாரமித்சிணதிஞஞாராரெல்லாருமதி
ர்நதாஞம்பெண்ஞத்சகலருமாகவநது
மொய்த்தார்கள். உதிலெதாயக்காரனென்
ஞருபஞடயாச்சிசநதடிஞயயமத்தியரு
வஞகவெழுக்குங்கெட்டுநான்சொல்லுநதிர்ப்
புக்குள்ளாவைர்களொவென்றுசம்மதி
கெட்டின்புசொல்லுவான்.

நான்தாஞருநாவருக்குட்பொஞகய
லொரிராத்திரிபெரியதொருவைடுதியலெ

தங்கினேன். அங்கே வந்தவர்க்கிடமுமன்றிச் சாப்பிடவேண்டுவதெல்லாம் விலைக்குக் கொடுப்பார்கள். ஆகிலு நானெனக்குச் சிலவுக்கவகாசமில்லாததினாலொன்றுந் தேவையில்லையென்றேன். அப்போதன்று வந்தவர்களுக்கோராட்டுப்பெருந்துடையையிருப்புச்சலாக்கையிற் கோர்த்துத் தணல்மேற்சுழற்றிச்சுடுகிறார்கள். அதுவேகவேகப் புகைந்துவிடும்வாசனை மெத்தப் பரிமளமாயிருந்தது நான்கொண்டுவந்த கடிச்சாதமிந்தமணத்தோடேசாப்பிடுகிறது நல்லதென்றத்தைச்சற்றுநேரஞ்சுழற்றிக் கொண்டிருக்கவுத்தாரங்கேட்டேன். அப்படியேசாதத்தையந்தப்புகைமேற்பிடித்தொருகையாலதைச்சுழற்றமற்றொருகையாலந்தவாசனைக்கின்பமாய்ச்சாப்பிட்டுக்கொண்டேன்.

பிறகுபோகவேணுமென்றிருக்கையிலே விடுதிக்காரன்நான்வாசனைமுகர்ந்ததுக்குக்கூலிகேட்டான். அவன்கேட்கநாணத்தாயமென்றுநாங்களிருவரும்வழக்குப்பேசவந்தவூரதிகாரனண்டைக்குப்போனோம். அவனேமகாசாஸ்திரிவெகுபுத்திமான் மெத்தச்சமர்த்தன்மிகவுநீதிஞாயந்தெரிந்தவனவன்பண்ணினதீர்மானங்கேட்கக் கறிதின்றவன்விலைப்பணமுங்கறியிடுமணமுகர்ந்ததுக்குவிலைப்பணத்தின்மணமுமாமே. இதுதான்தீர்ப்பென்றுவிடுதிக்காரனையருகேயழைத்துப்பணநிறைந்தபை

ஞயயவென்றுக்கிலேயழுநதவுரைத்துத்தேய்த்
தான். வுவெஞுறுக்குப்போகுஞதஞயயோ
வெநதகூலிபோருமென்றன். கேட்டீர்க
ளோவதுவெதாயமிதுவெநீதியல்லோ
வெநதத்திர்ஞவெதாஞங்கலுக்குமாபேறு
வெநதுக்குக்கூலிப்பணமுமாடிணிமூலலி
ருநதுக்குக்கூலிபணநிமூலும்போதும்.

ஆகிலுமிப்போதஸ்த்தமித்ததிஞல்மாட்
டுநிமூழ்கூலிக்குப்பணச்சத்தமோத்துக்
கொண்டவெஊணச்சிக்கெணப்பிடித்துப்ப
ணப்ஞபஞயக்காதிலேயடித்தடித்துக்
கேட்டாயோவென்றன். வுவெஞுமாஞமயா
வாஞமயாகேட்டேன்கூடக்கேட்டேன்கா
துநோகுதுபோருங்கூலிபோருமப்பாவென்
றன். இருவருன்பாடேணக்குப்போருமிந
தச்சத்சலமேணக்காகாதுநீயுன்மாட்ஞடக்
கொண்டுபோவெணிப்பயணங்கோத்சங்கா
லமேமேள்ளமேள்ளநடநதுபோகிறே
னேன்றவெஊணப்போகச்சொன்ஞர். வெழுக்கு
நன்றய்த்திர்த்ததாயக்காரஊணமிகவும்புகழ்
நதுவாழ்த்தியாசீர்வதித்தஞப்பஞர்.

நாலாவது
குதிரைபிடிக்கத்
தூண்டில்விட்ட
கதை.

மறுநாட்குருவுஞ்சீஷரும்வெயிலுக்குப்பயந்துகோழிகூவுமுன்னேயாத்திரைசெய்துபுறப்பட்டார்கள். தளர்ந்துநடையாய்ப்போறதிலேயன்னங்காதவழிமுகியாமுன்னே வெயிலேறினதைக்கண்டொருகுளத்தோரமாயிறங்கினார்கள். அங்கேயிளைப்பாறிக்கொண்டிருக்கையிலேமிலைச்சனென்பவன்வெளிக்குப்போய்ச்சமீபமாயிருந்தஏரியிற்கால்கழுவப்போனான்.

கரையின்பேரிலோர்ஐயனார்கோவிலிருந்ததிலேநவமாய்மண்ணாற்சுட்டபெரியதொருகுதிரைநேர்த்திக்கடனாகக்கொண்டுவந்துவைத்திருந்தது. ஏரிநிறைந்ததண்ணீராகவுந்தண்ணீர்தெளிந்ததாகவுமிருப்பதினாலந்தமண்குதிரையினிழலையேரியில்மிலைச்சன்கண்டுதண்ணீர்க்குள்குதிரைநிற்கிறதென்றதிசயப்பட்டுக்கரையினின்ற

மண்குதிரைக்கொத்தநிறம்பெருமழையாஞ்சாயலென்றுகண்டதினாலதினிழலாக்குநதண்ணீரிலேதோன்றினதென்றசுனைகவநதது.

வநதாலுமப்போதடித்தகாற்றினாலேதண்ணீரலைநதசையவதிலேதோன்றினகுதிரையுமசைநதிருக்கக்கரைமேற்குதிரைக்காட்டமொன்றில்லாதிருக்கக்கண்டுநீருட்குதிரையேவேறென்றுமுயிருள்ளதென்றுநிச்சயித்தான். பின்னையுமவணதையோடினாற்போலேகூட்டிட்டுக்கல்லினாலேறிநதான். உத்தோடேதண்ணீரதிகமாயலையக்குதிரையுநதலையெடுக்கவுங்காலுதைக்கவமுடம்பெல்லாம்பதைத்துத்துள்ளவுமிவனுக்குத்தோன்றினதினாலஞ்சிமற்றவர்களிடத்திலோடிவநதுகண்டதெல்லாஞ்சொன்னான்.

இதுக்கெல்லாருநதிடீரெனவெழுநதோடிச்சுற்றிப்பார்க்கமிலைச்சன்சொன்னதுமெய்யேயென்றுகண்டுகொண்டார்கள். இனியதனைப்பற்றும்படிக்காலோசனைசெய்துகொண்டுதண்ணீரிலிறங்கிப்பிடிக்கவொருவருஞ்சம்மதியாததினாலவனவன்நினைத்தபலவகைமறுத்துநீக்கித்தூண்டில்வெட்டுமீன்பிடிக்கிறப்போலேயதையும்பிடித்துக்கரைமேலிழுக்கிறதுநல்லவுபாயமென்றிதிலேநிலைகொண்டார்கள்.

தூண்டிலாகவொருவன்வைத்திருநதகருக்கரிவாளுமிதுக்கிரையாகக்கொண்டுவந

தகட்டிச்சாதமுநதாண்டிற்கயறகக்குரு
கட்டியிருநதத்தலைப்பாகுமேடுத்துக்கோண
டாயித்தம்பண்ணினார்கள். இத்தன்மை
யேசாதத்துக்குள்ளேகருக்கரிவாளைவைத்
துத்தலைப்பாகோடேகட்டிக்குதிரைகாண
கின்றவிடத்திலேறிநதார்கள். உதுதோப்
பென்றுவிழுநதவிசையோடுதண்ணீர்மிக
வுநதளம்பினதினாலங்கேதோன்றினகுதி
ரையுநதுள்ளிநேளிநதுகுதிக்கக்கண்டது
போலேதோன்றினதினாலெல்லாரும்பய
நதோடினார்கள்.

முண்டாசியைப்பிடித்திருநதவொருவ
னதைக்கைவிடாமற்பிடித்துநின்றான்கு
ளத்தலையமர்நதபின்புமேள்ளமேள்ள
வழுகிவிட்டகட்டிச்சாதமசைத்தசைக்கக்கு
ளத்துப்பேரியமீன்கள்சீலையைக்கடித்தி
ழுத்தசாடையைக்கண்டுகைச்சயக்கினை
யால்மற்றவர்களையழைத்துக்குதிரையி
தோவிரையைக்கடிக்குதேன்றான். சற்று
நேரம்போனபிற்பாடுதலைப்பாகையை
யிழுக்கச்சீலையுஞ்சாதமும்போனதினாற்ப்
பாகோடேகட்டினகருக்கரிவாளானதுகீ
ழேபடர்நதிருநதபேருங்கோடியிலேமாட்
டிக்கோண்டதுகுதிரையின்வாயில்தாண்
டில்மாட்டினபோதேகுதிரைநம்முதேன்று
சநதோஷமாய்க்கூப்பிடவெல்லாருங்கூ
டித்தலைப்பாகையையிழுக்கவதுபழைய
தாகையாலற்றுப்போகவோருமிக்கவெல்
லாருமல்லாக்காகவிழுநதார்கள்.

இப்படியவர்கள்வெழுநததறுவாயலோ
ருகிரேஷ்துன்வநதிதேதென்றுகேட்கவேல்
லாத்தையுமொழுங்குபடச்சொன்னார்கள்.
அதுக்கிவணிநதமிஉலச்சத்தனத்தைக்கண்டு
கனைமேலிருநதமண்குதிரையைச்சீஉலயா
லேமனறக்கநிருங்குதிரையுமனறநதது
காட்டியநதமயக்கத்தைநீக்கினன்.

அப்போதவர்கள்குருவைக்காட்டித்தளர்ந
தவயதானையாலவசியமாய்வேண்டி
ண குதிரைகோள்ளப்பணமில்லாததினை
லேயதின்முப்பைவாங்கினதுமதுசேத
மாய்ப்போனதும்வாமைகமாடுநிமித்த
மாகச்சத்சலம்வநததும்வைபரமாயேல்
லாமவனுக்குச்சொன்னார்கள். இவர்க
ளாக்கபடமியாதநல்லமணிதரென்றுகண்
டுமனதிரங்கியேனக்கொருநோண்டிக்குதி
ரையுண்டுகிழநதானே. ஆகிலுமுங்கள்வை
கப்பயணத்துக்குதவம அதுக்குப்பணங்
காசுதேவைவயல்உலயலவசமாய்த்தருகி
றேனென்னாருக்குவாருங்கோளென்று
ழைத்துக்கொண்டுபோனன்.

ஐந்தாவது
குதிரைமேனின்று
உளருநககுபபோன
கதை.

சோன்னதன்மையேயநதச்சீமான வர்களைச்சமீபத்திலிருநததன்னூருக்க ழைத்துக்கொண்டுபோனான். அவன்திரவி யவானல்லவேழைதான் ஆகிலுநதம் மிஷ்டன் அப்படியேராப்போசனத்தை நெய்பால்தயிர்குறையில்லாமல்விசாரித் து வெற்றிலைபாக்குப்புகையிலைவேண்டு வதெல்லாஞ்சம்பிரமாய்க்கொடுத்தான்.

மறுநாட்காலமேயவன்வெளியில்மேய் நதகுதிரையையழைப்பித்துக்குருவின்முன் பாகக்கொண்டுபோய்விட்டுக்காணிக்கை யாகக்கொடுத்தான். குதிரைவயது சென் றதுமல்லாமலொருகண்குருடுமொருகாது மூளியுமுன்காலிலொருகானொண்டியும் பின்கால்முடிக்காலுமாகத்தவருபமாக வநதக்குருவுக்கொத்தவாகனமாய்நின் றது. இப்படியாகிலுங்குதிரைவநததென் றுமிலவசமாயகப்பட்டதென்றுமெல்லா

ருமிகவுமகிழ்நததார்கள். சூழவநதவெணி
ணைதத்தமவவுமவன் காலைப்பிடித்துமு
றுக்கவுமோருவன் வாலைப்பிடித்திழுக்க
வுமற்றொருவன் கண்ணைத்துடைக்கவும்
வேறொருத்தன் பசும்புல்லைவாயிலிட்டு
மேய்க்கவுமதைப்பேணிக்கொண்டிருந
தார்கள்.

அதுக்குமேல்க்குதிரைமுஸ்திப்புத்தேடி
ணவேமத்திற்குதிரைகொடுத்தவன்பிற்ற
லாயிருநதவொருப்பூத்சேணத்தைக்கொடுத்
தான் ஆகிலுமதிலேவாலின்கீழேமாட்டப்
படும்பின்றட்டுவாரில்லாததினாற்பாலைக்
கோடிகளைத்திரித்துக்கட்டினார்கள். அப்
படிகடிவாளத்துக்குவாரில்லாமை
யாற்பழுதையைமுடிநதுவைத்தார்கள்.
தங்கப்பட்டையுமிறக்குவாருச்சம்பாதிக்
கிறதிலேவெகுபிறயாசபட்டபிற்பாடுகிறுமை
யாமற்சமீபத்திலிருநதபேட்டைக்குமடி
போயவ்வசாண்டுநதாட்பிணிவாரும்வாங்
கிக்கொண்டுவநதான்.

இத்தன்மையேமுஸ்திப்பெல்லாமான
பின்புசோதிரிஉடமுறையற்சூலநாள்வெல
கயோகமுகிர்த்தமிட்டநேரத்திலாரேல்
லாம்வநதுகூடிக்குராவையிட்டுவாழ்த்திப்
பரமாற்தகுருவைமுதல்முறைகுதிரைமே
லேற்றிவைத்தார்கள். அப்போதைநது
சீஷாக்களிலோருவன்கடிவாளத்தைப்
பிடித்துமுன்னிழுக்கவோருவன்வாற்புறத்
திருநததடியோட்டவிருவரிருபுறத்தண்டி

யவர்கால்களைப்பிடித்துத்தாங்கமற்றொ
ருவன்றன்னைக்கடியங்கூறியெச்சரிக்கை
யெச்சரிக்கைபராக்குப்பராக்கென்றுகூப்
பிட்டுப்போனார்கள்.

அனேகந்தூரம்பூரித்துக்கொண்டுபோன
பின்புவழிச்சாரியாயக்காரனோடிவந்து
குதிரைக்கைந்துபணமுண்டென்றுமறித்
தான். அதுக்கவர்கள்குருவேறினகுதிரைக்
காயமுண்டோவதுவியாபாரச்சம்மந்த
மோவென்றுதளர்ந்தவயதினாற்கான
னடநடக்கமாட்டாததைக்கண்டொருவன்
தன்மமாகத்தந்தகுதிரையதாக்குமிதுக்கா
யமேதத்தாயமிதேதென்றவர்கள்கூப்பிட
அவனுச்சிமத்தியானமட்டுமறியல்விட
மாட்டாததினால்வேறேவழிகாணாமலைந்து
பணங்கொடுத்தார்கள். குதிரையல்லா
விடாலிந்தச்சத்சலந்தேனவயில்லையென்
றுஇருவத்சலித்துக்கொண்டுகிட்டவருந்தசா
வடியிலேயிளைப்பாறப்போனார்கள்.

அங்கேயகப்பட்டவொருகிரேஸ்தனொடே
குருவானவர்தானேவெகுநேரப்பாடுது
வக்கினார். நான்பிறந்தநாள்தொன்றி
யொருக்காலுங்குதிரையேறினதில்லை
இன்றைக்குமுதல்விசையேறிவந்தவிடத்
திலிந்தவத்தாயத்தைக்கண்டேன். இப்ப
டிநீதியில்லாமல்வழிபறிக்கிறகள்ளா
ளைப்போலேநிஷ்டூரமாய்ச்சம்பாதிக்
கிறபணமவர்களுக்குநன்றாயிருக்குமோ
வென்வயதேரியவாங்கினபணமவர்க

ளுக்குநெருப்பாகாதேபோவென்றார். இதுக்கவென் ஐயாகாலத்தின்குணமிது இந்நாளிலேபணமேகுருபணமேதெய்வம்பணமென்றாற்பிணமும்வாய்திறக்குமென்பதுமுன்கேட்டோமிப்போபணத்தினும்வேறுறவுநேசமுமில்லையையாவென்றான். இந்தக்காலத்திலேசிலர்கஷ்டத்திற்பணங்கண்டாலுநக்கியெடுக்கக்கூசார்களென்றுகுருவானவர்சொன்னார். அவனுமிதுசந்தேகமோவதுவமவர்களுக்குநாறானதயாவேதுக்கு அத்தாட்சிகேளுமென்றுசொல்லுகிறான்.

ஒருராசாபணத்தினாவலினாலேதன்சீர்மையிலில்லாதவரியெல்லாம்வைத்தப்பாடுமுத்திரவரியும்வைத்தான். இதுஅவன்மகனுக்குமுதலாய்ப்பொருந்தாமல்நாறுகிறவைந்தவரியைக்கேட்கிறதுலெச்சைக்கேடாயிருக்குதென்றுதகப்பனுக்கவன்சொல்லவேராசாமறுமொழிசொல்லாமல்மகனையனுப்பினான். பலநாட்போனபின்வைத்தவரிப்பணஞ்சேர்ந்ததின்மேலேமகனையிராசாவழைப்பித்தந்தப்பணத்தைமுகரச்சொல்லிநாறுதோவென்றுகேட்டான். மகன்வேறென்றுநினையாமல்நன்றாய்மணக்குதென்றபின்ராசாவேதுமுத்திரவரிப்பணமாக்குமென்றான். கேட்டீரோபணம்வந்தாற்போதுமெப்படிவந்தாலும்பாரமில்லையையாவென்றுசொன்னான்.

இப்படிபலபேச்சுகளோடேபொழுது
போக்கினபின்புசாயுங்காலத்திலேமீலா
வுங்குதிரையேறிப்போயொருபட்டிக்காட்டி
லேதங்கினார்கள். குதிரையைத்தலையா
மலராமாறுமேயவிட்டுக்காலமேபயணத்
துக்குத்தேடினவிடத்திலகப்படதில்லை.
விட்டுக்குவீடுநுழைந்துபார்க்கவொரு
வன்வளவிலேகட்டிவைத்திருந்தான். அவ
னுமதைவிட்டுச்சொன்னவிடத்திலராத்திரி
முப்பதுநாழிகையுமென்பயிரில்மேய்ந்
ததோடேனக்குவெகுசேதமானதினால
தைப்பரிச்சேதமாய்விடமாட்டேனென்
றான். அதுக்கூர்நாட்டான்தானேபோய்ந
யம்பயத்சொல்லியமர்த்தினவுமதுக்கும்
பயிர்ச்சேதங்கொடுத்தாலதைவிடச்சம்ம
திப்பேனென்றான். நாலுபேருங்கூடிமேய்
ந்தகொல்லையைப்பார்த்துமிதித்ததுமேய்
ந்ததுமதிக்கப்பத்துப்பணத்துச்சேதமேட்
டுப்பணத்துச்சேதமுண்டென்றுசொல்லக்
கடைசியிலேதீர்த்தபடிக்குநாலுபணத்
தைவாங்கிக்குதிரையைவிட்டுவிட்டான்.

இருவோவென்றல்வெகுவாய்ச்சலித்துக்
கொண்டுநமக்கிந்தக்குதிரையென்னத்துக்
கிதுவந்ததினாலேசிலவுகளெத்தனைசத்ச
லங்களெத்தனைசங்கைகேடுகளெத்தனை
இதெல்லாமென்மகிமைக்குத்தகாதப்பா
வென்றுகாணமையாகப்போகத்துணிந்
தார். அதுக்குச்சீஷாக்களுமொருவரும் ஆ அ
தகாதென்றுங்காணநடைநடக்கவும்மாலா

காதென்றுஞ்சொல்லிக்கொண்டிருக்கவொ
ருவள்ளுவனிதெல்லாங்கெட்டுக்கவலைப்
படவெண்டாமையாவென்றான். இந்தத்து
ரிதமெல்லாங்குதிரையைப்பிடித்ததொ
ஷத்தினாலேவந்ததாக்குஞ்சிலவொபேசில
வுபண்ணியெனக்கைந்துபணந்தந்தாலந்
தத்தொஷத்தைக்கழித்துநீக்குவெனென்
றான். செலவுக்கஞ்சினாற்காரியமல்லவென்
றுபணங்கொடுக்கச்சம்மதித்துத்தொஷத்
தைக்கழிக்கச்சொன்னார்கள்.

அப்பொதந்தவள்ளுவனவர்களையே
யக்கப்பலசடங்குகளைச்செய்துபலபச்சி
லைகளைப்பிடுங்கிக்குதிரைமெலேதூவமு
ணமுணவென்றும் உஏவென்றுமவைய
மிட்டுச்சூழச்சூழமும்முறைவலம்வந்து
வால்முதற்கொண்டுதலைபரியந்தங்குதி
ரையைத்தட்டித்தவையருந்தவொற்றைக்
காதினைக்கடித்துநின்றான். இந்தக்காதி
லேயாக்குந்தொஷமெல்லாநிற்குது இப்ப
டிக்கொத்ததொஷத்தைக்கழிக்கமுன்னந்
தக்காதறுத்தார்களிப்பொதைக்கிதுவம
றுத்துப்போட்டாலிந்நாள்த்தொஷமுமற்
றுநீங்குமென்றான். இவ்வாறுடனெவெட்
ரிவாளைத்தீட்டிக்காதையறுத்துத்திடீரெ
னத்தூரக்கொண்டுபொய்த்தொஷந்தொட
ராதபடிக்காழமாய்க்குழிவெட்டிப்புதைத்
துமெலேமண்போட்டுக்குழிபொட்டுவிட்டு
வந்தார்கள். இதிலேயன்றெல்லாஞ்சென்
றதினால்மறுநாட்காலமெபொய்வெகுதொந்
தரைப்பட்டுமடத்துக்குச்சென்றார்கள்.

ஆறாவது

பிராமணன் சொன்ன

புரோகிதக்

கதை.

மடத்துக்குச் சென்று பிற்பாடு குருவானவர் வெகு கவலைப்பட்டிருந்தார். தந்த குதிரை மிகவுங் குறைப்பட்ட குதிரையானாலும் செலவில்லாமல் வந்ததென்று மிகவுஞ் சந்தோஷமாச்சு. ஆனால் குதிரையினாலே வழியிலனுபவித்த துக்கங்களை நினைக்க நினைக்க வெகு மனக்கிலேசப்பட்டுக் கொண்டிருந்தார். அப்படியே சீஷர்களைக் கூட்டிவைத்துக் கொண்டு தாம் பல பிரமாணங்களைச் சொல்லத் துவக்கினார்.

தம்பிமாரே வரவர நான்போற மதிகமதிகமாகப் பிரபஞ்ச வாழ்வுகளெல்லாம் பொய்யான வாழ்வென்று கண்டுபிடிக்கிறேன். தின்மைகலப்பில்லாத நன்மையுங் கசப்புக்கலப்பில்லாத இனிப்புந் துக்கங்கலப்பில்லாத மகிழ்ச்சியுமிங்கே கிடையாது. ஐயையோ செலவின்றியுபகாரமாய்க் குதிரை வந்ததென்று நாமிகவு மகிழ்ந்ததல்

லவோ இந்தப்பாக்கியத்தோடேதொடர்ந்துடனேயன்றுதானேவந்ததுரிதகிலேசங்களைக்கண்டீர்களோ. ஒருதுளித்தேனை நக்கவைத்தனை கசப்புவெழுங்கவேணுமோ ஆ சாலநேஸ்ஷுந்தன்னுமியுள்ளது எவ்வனைக்கக்கணிக்குந்தோஷுங்கோட்னுடையுழுண்டிதெல்லாமுள்ளது தானேயாகிஷுநானேருதினத்தளவிலனுபவித்தபோல்லாப்புமேத்தக்குதிரையேறித்திரியவேணக்கியோக்கியமில்லையாக்கும்மேல்வைதிக்கேதிராய்ப்போகிறதென்னலாகுந்தன்னமேயோவைல்லையேயணியந்தக்குதிரானயத்திரும்பவெனுப்புகிறதேகருமமேன்றார்.

அதுக்குச்சீஷாக்களெல்லாருமாகாதாகாதிதென்றப்படிசொல்லாதேயுனமயாநீர்கொண்டகுதிரையோநாங்கள்தேடினகுதிரையோவல்லவேதேவாதீனமாய்த்தானேவந்தகுதிரையல்லோநாமினைத்திரும்பவனுப்பினல்த்திருவளத்துக்கேதிராய்ப்போகிறதாகும் இதுதோஷமையா இதுவந்தவைரக்குதிரையைப்பிடித்திருந்ததோஷத்தையந்தவள்ளுவன்கழித்தபிற்பாடத்சத்தக்கதோன்றுமில்லையென்றார்கள்.

இத்தோடின்னம்பலதாயங்களையவர்கள்வெரிவாகச்சொன்னதிற்குருவமனந்தேறிநீங்கள்சொன்னபடியாகட்டுமென்றார். ஆகிஷுமன்றுவந்தமோசம்போலேயணிவராதபடிக்கிராமாறுகுதிரையேவைட

வொண்ணுதுவீட்டிலெகட்டுவைக்கவெணு
மெயதுக்கானவழிங்காணெனென்றார்.
அப்பொபெதையென்பவனதுக்காலொச
னையென்னவிப்பொதான்பொயாலங்
கொப்புகளைவெட்டிக்கொண்டுவந்தொரு
மூலையிலெநெத்தியானலாயம்கட்டினத்
திலெகட்டுகிறெனென்றான்.

என்றநிமிஷத்திலெபுறப்பட்டுவழியொ
ரத்திலிருந்தபிறமாண்டக்கொடியாலின்
மெலெறிநின்றுசெவ்வைக்கொப்பைக்கொ
டாலியால்வெட்டத்துவக்கினான். ஆகிலுந
தானுண்பக்கத்திலிருந்தடிப்பக்கத்தை
வெட்டுகிறதைக்கண்டுவழிப்பொக்கனாக
வந்தவொருபிராமணன்தம்பியப்படி
நில்லாதெகொம்பொடுநீயும்விழப்பொ
கிறயென்றான். அதுக்கவனந்தத்தற்சவ
னமெனக்குச்சொல்லவந்தாயொவென்
றுடையற்சொருகிவைத்திருந்தவெட்டி
வாளாற்பிராமணனையெறிந்தான். அவ
னுமிந்தமுறடன்பட்டறியப்பென்றுவில
கித்தப்பிப்போய்விட்டான்.

பெதையொவென்றல்முன்னின்றபடி
யின்னமுநின்றுவெட்டினதினாற்பாதிக்கு
மெல்மரமற்றுப்பொய்முறிச்சத்தொடெ
தானும்விழுந்தான். அம்மம்மாவந்தப்பி
ராமணன்வெகுசாஸ்திரிமகாபுரொகிதன்
அவன்சொன்னபடிக்காயிற்றென்றுக
டுகவெழுந்துபிராமணனைப்பற்றிக்கொண்
டொடினான். சடுதியிலவன்கிட்டவொடிவ

ருகிறதைப்பிராமணன்கண்டிந்தப்புத்தி
யில்லாதமிருகமென்னசெய்யுமோவென்
றஞ்சிநின்றான். பேதைசென்றொருகும்பிடு
போட்டு அய்யா நீர் மகாசாஸ்திரியன்
னமொருபுரோகிதமெனக்குச்சொல்லவே
ணும் நான் பரமார்த்தகுருவின்சீஷனாக்கும்.
அவர்பேரிலெனக்குப்பட்சமெத்தவருக்
குத்தளார்ந்தவயதாகக்கோளாக்கொஞ்
சநாளிலேசாவாரென்றுபயந்திருக்கிறேன்.
இப்போநீரெனக்காறுதலாகவவருக்குமு
டிவுகாலமெப்பொழுதென்றுமதுக்குமுன்
காணப்படுமடையாளமின்னதென்றுமெ
னக்குச்சொல்லுமென்றான்.

பிராமணன்தப்புவைத்துக்கொள்ளாப்
பலபலபோக்குச்சொன்னாலுமவன்விடாத
தினாற்கடைசியிலே ஆசனஞ்சீதஞ்சீவனநா
சமென்றான். இதேதையாவிதுக்கற்தத்
சொல்லுமென்றவனலட்டிக்கேட்க உன்கு
ருக்களுக்கிருப்பிடங்குளிர்ந்தவன்றைக்
கவருக்குச்சாவுகிட்டினதுக்கடையாளமென்
றுபிராமணன்சொன்னான்.

பேதையுநமஸ்காரஞ்செய்துபோய்வெட்
டினகிளையைமடத்துக்கிழுத்துக்கொண்டு
நடந்தசெய்தியெல்லாம்வகைவிபரமாய்ச்
சொன்னான். குருக்களிதுக்குவிசாரப்பட்
டுச்சொன்னபிராமணன்மகாசாஸ்திரி
யல்லவென்றுசொல்லக்கூடாது. உனக்க
வன்சொன்னபடியெல்லாஞ்சரியாயுட
னேயாச்சுதே. எனக்குஞ்சொல்லியனுப்பி

னபுரோகிதமுநதப்பமாட்டாது ஆசனத்ஜீ
தத்ஜீவனநாசமகாயுத்திவசனம இணையேச்
சரிக்ஞகயாக்கும்வேண்டியது ஒருக்கா
லுங்காஸ்சுத்திசேய்யலாகாது இதின்மே
லாண்பவர்திருவளாமேன்றார்.

ஏழாவது

குதிரையிலிருநதுவிழுநத

கதை.

சொன்னவெச்சரிக்கையோடுநெடுநாளிருநதபின்புசீர்மைவழியேபோனாற்சீஷர்கள்கையிற்பணம்பறியுமொழியமடத்திலதுவராவறியாதென்றதைப்பற்றியூருக்கூர்சுற்றித்திரியப்புறப்பட்டார்கள்.

ஒருநாளவர்கள்மடத்துக்குத்திரும்பிவருகையிலசைநதசைநதுகுருக்கள்குதிரைமேல்வரும்போதுகீழேதொங்கினவொருமரக்கொப்புப்படவேயவர்தலைப்பாகுபுறகேவிழுநததாம். அதனைச்சீஷர்களெடுத்தார்களென்றெண்ணிசும்மாவனேகநதூரமவர்சென்றபின்புதலைப்பாகெங்கேதாருங்கோளென்றுகேட்டார். அதங்கேவிழுநதவிடத்திற்கிடக்குமென்றவர்கள்சொல்லவவர்கோபித்துவிழுநததெல்லாமெடுக்கத்தேவையில்லையோநான்சொல்லவேணுமோவென்றார். அப்படியேயுடனேமடையனோடிப்போய்விழுநதபாகெடுத்துக்கொண்டுவருகையிலன்றிராத்திரி

மஞஷசோரிநதுபெய்ததிஞலெபசும்புல்
காடிலெமெய்நதிருநதகுதிஞரகஷிநதுவெம்
பலெத்திஞயத்தஉஸப்பாகிலெநதிக்குருவென்
ஞகயஸ்ஞவெத்தான்.

உப்போதவர்சீச்சியென்றவெகுவாய்ச்
சிணநதார். உதுக்கெல்லாருங்கூடியதே
ஞதயாவெழுத்சகலமுமெடுக்கச்சொல்லி
முன்கஷ்பித்ததல்லவொகஷ்பித்தபடிசெய்
ததிஞலிப்போநீர்கொபங்காட்டுவாணெ
ணென்றர்கள். குருவொவென்றலப்படி
யன்றே எடுக்கத்தகுவதுமெடுக்கத்தகாத
துமுண்டுவெஞவெறிநதுநடக்கவெணுமென்
றர். உதுக்கவர்களம்மாத்திரத்துக்கு
நாங்கள்மஞஉஷரல்லவென்றேடுக்கவெண்
டியஞதமாத்திரம்வெறுபடவெழுதச்சொன்
ஞர்களவருமெழுதிஞர்.

உப்புறம்போஞகயஸ்வெழுக்குநிலத்திலி
ரமாகக்கொள்ளத்தளர்நதநஞபயாய்ப்
போகிறநோண்டிக்காஷ்குதிஞரதவறிவெ
ழுநததாம். உத்தண்ஞபயஸிருநதகுஷியஷ்
குருவுநதஉஸகிழுங்காஸ்மெலுமாகவெழுந
துகொவென்றலறியென்உணயெடுக்கவொ
டிவாருங்கொளோன்றுகூப்பிட்டார். சீஉஷரு
மோடிவநதுமுன்ணெழுதித்தநதவொஉஸ
ஞயயெடுத்தொருவன்வாசிக்கவெழுநத
தஉஸப்பாகெடுக்கவும்வெழுநதசொமன்
வெஃடியெடுக்கவும்வெழுநதசட்ஞபயுள்
லுஞபயெடுக்கவமென்றவன்வாசித்தபடி
ஒன்றென்றயெல்லாத்ஞதயுமெடுத்துஞவெக்

கக்குருக்கள்நிறுமாணமாயங்கேகிறந்தார்.

அவரிப்படிகிறந்துதம்மையுமெடுக்கச்சொல்லியெத்தனைகெஞ்சினாலுமெத்தனைசினந்தாலுமிதுவுமெங்களவேயோலையிலெழுதாததினாலேமாட்டோமென்றுசாதித்தார்கள். ஐயாவுமென்னையுமெடுக்கவெழுதினதெங்கேகாட்டும் எழுதினபடியேசெய்வோமொழியவெழுதாததையொருக்காலுஞ்செய்யச்சம்மதியோமென்றார்கள். அவருமிவர்கள்சாதனைகண்டுதப்பும்வழியில்லையென்றுங்காணாமலோலையுமெழுத்தாணியும்வாங்கிக்கிறந்தவசத்தில்நானும்விழுந்தாலெடுக்கக்கடவர்களென்றெழுதினார்.

எழுதினதைக்கண்டுசீஷர்களுமொருமிக்கப்போயவனையெடுத்தார்கள். விழுந்தகுழியிற்சேற்றிருந்தபடியினாலவருடம்பெல்லாஞ்சகதியாயழுக்குப்பட்டதென்றுசமயத்திலிருந்ததண்ணீரிலேகுளிப்பாட்டினார்கள். பின்புமுன்னையபடியுடுப்பெல்லாமுடுத்தவனைக்குதிரையிலேற்றிமடத்துக்குக்கொண்டுபோய்விட்டார்கள்.

எட்டாவது

குருவைச்சேவித்த

தக்கதை.

குழியில் விழுந்து கிடந்த சமயத்தில் மிகவும் மத்திப்பதனால் ப்பிராமணன் சொல்லியிருந்த புரோகிதத்தின் மேலொருத்தனுக்கும் ஞாபகமில்லாதே போயற்று. திரும்பக் குதிரையேறினபடிப்பாடு மாத்திரமிருப்பதெங்குளிர்ந்ததென்று கண்டு குருத்தானே விசாரப்பட்டார். ஆகிலும் மடத்துக்குச்சேருமளவுமொன்றுஞ்சொல்லாதேபோனார்.

தளர்ந்த வயது காலத்திலே விழுந்த வருத்தியினாலன்றிராத்திரி நித்திரைகொள்ளாமலாராட்டமாய்ப்புரண்டு கொண்டு சொன்ன புரோகித நினைவு தோன்றினதினால் வெகுவாய்ச்சஞ்சலப்பட்டார். குதிரையினின்று குழியில் விழுந்ததினாலே பலதிரந்த வலியாராட்டப்படுத்துதேன்று நினைக்கமாட்டாமல ஆசனங்குளிர்ந்தத்தோஷ சாங்காலங்கிட்டினதினாலாக்குமிதேல்லாமாகுதேன்று நிச்சயித்தார். இந்த நினைவோடன்றிராத்திரி முழுதுந்தம்மிலே பயந்து

பதறியொருநிமிஷமுங்கண்மூடமாட்டாமலடிக்கடிபெருமூச்சிட்டுமனநதளம்பினதாற்பிறகுவிடியக்காலமேசீஷாக்களையழைப்பித்தார்.

அவர்களும்வநதுபார்க்கவவர்முகச்சாயல்வேறாகவுமிருகண்குழியாய்விழுநததாகவுமுகமெல்லாம்வற்றிச்சுருங்கினதாகவுமதிலேபழுப்போடேவெளுப்புப்படர்நதுபஞ்சடைநததாகவும்வாயீரமின்றிவாற்தைக்குளறவும்பிரமித்தாற்போலேயுற்றுப்பார்க்கவுங்கண்டுமிகவும்பயநதார்கள்.

அப்போதவர்பெருமூச்சிட்டுத்தம்பிமாரேயென்னைக்கல்லறையில்வைத்துச்சவச்சேமஞ்செய்யுங்கோளென்றார். அதேதையாவென்றவர்கள்பதறிக்கேட்க அதேன்ன ஆசனஞ்சீதஞ்சீவனநாசமென்றதைமறநதீர்களோவென்றுமீண்டுகுருக்கள்சொல்லுவார். நேற்றுநான்விழுநதகுழியிலேநீருஞ்சகதியுமெத்தவாகையினாலெனக்கிருப்பிடத்தீரநதாக்கினதாம். ஆகிலுமப்போதிருநதவாபத்தினாலெனக்குத்தோன்றாதேபோயிற்று. பிறகுவெகுவாயிருப்பிடங்குளிர்நததுங்கண்டேன்பிராமணன்சொன்னசாஸ்திரமுநினைத்தேன். அப்படியிராத்திரிமுழுதுமுடம்பின்வலியுமாராட்டமுங்கண்டுசற்றுநித்திரைகொள்ளாமற்சாவுகிட்டினதென்றுநன்றாய்க்கண்டுகொண்டேன். இனிவேறாலோசனைதேவையில்லைசீக்கிர

மாய்ச்சேமத்துக்காயத்தம்பண்ணுவார்க ளென்றார்.

அதுக்கவர்களுமந்தச்சகுனத்தைநினைத் தஞ்சினார்கள் அஞ்சினாலுமுள்ளாச்சத்தை வெளிவிடாதபடிக்கினானாவிதமாய்க்குரு வின்மனந்தேறப்பற்பலவாறுதல்சொன் னார்கள். என்னசொன்னாலுமவருக்குமனக்கிலேசமாறவில்லையென்றுகண்டுமுன் னந்தவூர்க்குறிக்காரனாயிருந்தஅசேதன மூர்த்திமகன்அசங்கதனென்பவனைய ழைப்பித்துத்தங்கள்குருவைப்பிடித்தசனி யைநீக்கியவர்மனந்தேற்றக்கொண்டு போய்விட்டார்கள்.

முன்னமந்ததெல்லாம்விபரமாய்க்கேட் டபடியால் அசங்கதன்வந்துசம்புவைத்தே னையா உமக்குவந்தகுறையென்னநோ வென்னவலியென்னவிசாரமென்னகிலேச மென்னவென்குருவேயென்னையாவேயென் பிதாவேசொல்லுமென்றுகண்வாய்மூக் குத்துடிக்கக்கேட்டான். அதுக்கெல்லாத்துக் கும்ஆசனசித்திவனாசமென்கிறவசன மொழியவேறொருமறுவுத்தரமுங்குருசொன் னவரல்ல. அப்போதவன்நல்லதுதான் ஆசனசித்தமுமக்குநாசமென்றந்தப்பிராம ணன்சொன்னானே நானுமவனைச்சேஷ்ண மவனுக்குநாசமாய்ப்பண்ணுகிறேன் அந் தப்பிராமணனையெனக்குக்காட்டுங்கோ ளவனுக்குலக்கைப்பூசைபண்ணியவனல்

வநததோஉடிமேல்லாநீக்கித்திர்த்துப்போ
டுவேணவுணக்காட்டுச்சீக்கிரமாய்க்காட்
டேன்றன்.

உலக்ஞகப்பூஞசயென்றேருபூஞசயுண்
டோ ஒருக்காலுமிப்படிப்பட்டபூஞசகண்
டதுமில்லை கேட்டதுமில்லை உதாவஞதச்
சொல்லேன்றர். இதுக்குமறுமொழி உசங்
கதன்சொல்லத்துடங்கினான். இவ்வஞகப்
பூஞசயுஞ்சஞமயம்புறச்சஞமயங்களிலே
கப்படாதபூஞசயாக்குந்நன்றய்க்கேட்க.

ஒருசேட்டியிருந்தானவன்வெகுசீவபத்திக்
காரன் உஞதினம்பண்டாரங்களுக்கச
ணம்போடவாஞசயிஞலவர்களையேங்கே
கண்டாலுமசணத்துக்கஞழப்பான். உவஞக்
குமக்களில்லை கொண்டமணவயோவேன்
றலிப்படிநித்தமோரிருபண்டாரங்களுக்
குச்சோறக்கவும்போடவுத்சலிப்பாகக்
கொள்ளப்புருஷன்செய்கிறதுபோருந்த
வைல்லையாகிலுமிதிலேபுருஷனுக்கேதாகி
லுத்சோன்ஞலவன்மணம்போறுக்கமாட்
டானேன்றவள்றிந்திஞலோருபாயமே
டுத்தாள்.

ஒருநாளந்தச்சேட்டிகஞடயிலிருந்துகண்
டபண்டாரத்ஞதயஞழத்தேன்வீட்டிலன்
ஞறக்குப்பிச்ஞசபண்ண வேஞஞமய்யா
வேன்றன். உவஞத்சம்மதித்ததிஞல் இப்
போகஞடயிலேவெல்லையாயிருக்கிறேன்
நீர்தாணேன்வீட்டுக்குப்போயேன்ஸ்திரீக்

கிந்தச்செய்திசொல்லிநான்வருமளவுமங்கேகாத்திருமென்றான். பண்டாரஞ்சந்தோஷமாய்ப்போய்ச்சேடிசொன்னதையவன்மனையாட்டியோடேசொன்னான். அதுக்கவளிவனொருக்காலுமிங்கேவராதவனுக்குமென்றுகண்டுகொண்டுமெத்தநல்லதுநீரிங்கேயிருமென்றுவிட்டுத்திண்ணைமேலேபாய்விரித்தாள்.

பிற்பாடுடணேவிட்டுமுற்றநன்றாய்ப்பெருக்கியெங்குஞ்சாணங்கிணையத்தெளித்துத்தன்காலனசுத்திகரஞ்செய்துபூச்சியத்தோடேநெல்லுக்குத்துகிறவுலக்கையைக்கையிலெடுத்துக்கொண்டாள். பிறகதில்நிறையச்சாம்பலைத்தடவைத்தானும்பூசிக்கொண்டுநடுமுற்றத்திலுலக்கையைக்கிடத்தியதுக்குமுன்மும்முறைசாஷ்டாங்கமாய்விழுந்துமுணமுணவென்றுசிலமந்திரங்களைச்சொன்னாள். சொன்னதின்மேலேமீளவுமுலக்கையைத்துடைத்துமுன்னேயிருந்தவிடத்திலேவைத்தாள். அதெல்லாமுற்றுப்பார்த்துக்கொண்டிருந்தபண்டாரம்வெகுவாச்சரியப்பட்டு இநநாள்மட்டுநான்காணாதவிசேயங்களையிப்போகண்டேன் இதென்னவகைபூசையம்மாவென்றுகேட்டான். அதுக்கவளிதுவெங்கள்குலதெய்வத்தின்விசேஷபூசைவகையினிமேல்நீருநன்றாயறியப்போறீரென்றுவிடிஞெழுந்துபோகையிலது

வன்றுஊமேலேழுகியுமென்றுமர்நதசத்
தமாய்த்தன்னிலேசொன்னாற்போலே
சொன்னாள்.

அப்படிசொன்னாலுமவள்விரும்பினப
டிக்குப்பண்டாரங்காதிலேவிழுநதது.
அப்போதவன்தேவாதினமாய்த்தப்பிப்
பிழைத்தேனேவென்றுசெட்டிச்சிவீட்டிலேநு
ழைநதவுடனேசத்தப்படாதுதப்பிப்போய்
விட்டான்.

அவன்போனவடியிலேசெட்டிவநதுநான
னுப்பினபண்டாரமெங்கடியென்றுகேட்க
அவளும்நல்லபண்டாரமல்லோவநதவ
னைசயனுப்பினீர். வநதவுடனேயுலக்கை
யைத்தரச்சொல்லிக்கேட்டாரதுக்குநானிப்
போசெட்டியார்வருவாரேயவருத்தார
மில்லாமற்கொடுக்கப்படாதுசற்றிரு
மென்றுதோபானையவிரித்துப்போட்டே
னவர்கேட்கமாட்டாமலுடனேமுறுக்கிக்
கொண்டுபோனாரென்றாள். அதுக்குச்செட்டி
அடியப்படியல்லவேபண்டாரங்களோன்
னகேட்டாலுங்கொடுக்கிறதேனக்குச்சம்
மதியென்றுலக்கையைக்கையிலேநதிப்
பண்டாரத்தைத்தேடியதைக்கொடுக்கத்
தெருவிலேபோனான்.

பண்டாரமும்வருங்காரியமுட்டுமுடி
போகக்காணவொருதெருமுடுக்கிலோ
துங்கியிருநது அவனுலக்கையோடேசெட்
டிவருவதைக்கண்டபோதிதோவென்று

ளைமேலேபூசைசமுகிக்கவருகிறனென்றோட்டமெடுத்தான். சேடியும்பண்டாரமேபண்டாரமேயென்றுபின்பற்றித்தொடர்ந்தோடவவனதிகமதிகமாயோடக்கடைசியற்சேடிக்குவயதுகாலமும்பெருந்தொந்தியுமிருந்ததினாலோடமாட்டாமல்நின்றுவிட்டுக்குத்திரும்பினான். அதுவேயுலக்கைப்பூசையதைநாணநதப்பிராமணன்முதுகின்மேலேமுகித்தால் ஆசனேஷ்ணமாகியவனுக்கல்லாமலுமக்குநாசம்வராதையாவென்றான்.

அதுக்குப்பரமார்த்தகுருவுஞ்சிரித்துஞாயத்தின்படியேயுன்னை அசங்கதனென்பார்கள். எப்போதுஞ்சரசங்களைச்செய்துகொண்டுவருகிறயேயென்றார். அவனுங்குருக்கள்சிரித்ததாகக்கண்டுபரிகாசத்தைவிட்டுமீண்டுஞ்சொல்லவந்தான். ஐயாபிராமணன்சொன்னவசனமுள்ளபடிதானே. ஆகிலுமதுக்கர்த்தத்தைநன்றாய்க்காணவேண்டியது. இருப்பிடத்திற்குளுமைகண்டாற்சாவுக்கடையாளமென்றதுசரியே ஆனாற்புறக்காரணமில்லாமல் ஆசனங்குளிர்ந்துபோனாலேயவன்சொன்னபடியாகும். தண்ணீரிலேயுஞ்சேற்றிலேயும்வைமுந்திரிதிலேயிருப்பிடங்குளிர்ந்ததுமெத்தவதிசயமோ. அப்போகுளிராதேபோனாலதிசயமாகும் இப்போதிந்தக்கவளையைவிட்டுவிடுமீண்மேற்சேற்றிலுருக்கா

ராமலுநதண்ணீரிலேவிழாமலுமற்றே
ருபுறக்காரணமில்லாமலும் ஆசனசீதங்
கண்டாலப்போசிவனநாசங்கிட்டினதேன்
றுநினைக்கலாம். இதோழியமற்றேல்லா
மபத்தனமயாவேன்றான். அசங்கதன்சோன்
னதுகுருவன்மனதிலேதைத்துதாயம்போ
லேதோன்றிற்று ஆதலாற்சற்றுத்தேறி
யேழுநதுசாட்டிடவுமங்கங்கேதிரியவுநது
வக்கினார்.

இப்படிசிறிதுநால்மாத்திரம்போன
பிற்பாடுஒருராத்திரிசோத்தியத்திலேக
னமழையோருபாட்டமாய்ப்பேய்நதது.
அத்தோடேகுருவன்படுக்கைமேலேயிருப்
பிடத்துக்குச்சேவ்வையடுத்தாற்போலே
மோட்டுநிரோழுக்குவழுநதாலுநதூக்கத்
தினலவருக்குத்தேரியாதேபோயிற்று. ம
ழையுமழையோடேயொழுக்குமோழுநதபின்
புகுருக்கள்நித்திரையோடேபுரண்டுபட்
ட ஈரத்தின்மேற்சமனைகவருப்பிடம்படத்
தூங்கிக்கிடநதார். அப்படிதாக்கினகுரு
னமயனலேதிடீரேனவிழித்துமிகவுமி
ருப்பிடங்குளிர்நததாகக்கண்டுகுருனமபி
றக்கவப்போவேறேருபுறக்காரணமில்
லையேநமக்கினிச்சாக்காலம்வநததேன்று
நிச்சயித்தார்.

வநதகுளிர்ச்சிக்குச்சீஉடிர்கலரும்வேறே
புறமுகாநதிரங்காணமற்படுக்கையின்கு
ருனமமுதலாய்க்குருவனிருப்பிடச்சீதத்

தினால்வநததேன்றுநினைத்துமுன்சொன்னசகுணநிறைவேறுங்காலமிதேன்றெண்ணினார்கள். காணவநததன்சாதிமனுஷருமிவர்களோமோத்தபுத்திமான்களாகக்கொள்ளச்சொன்னயாவமோத்துக்கொண்டிப்போததப்பாமல் ஆசனசீதத்சீவனநாசமேன்பதோழியவநதயாவருக்குமறுமோழியுச்சரியாதேபோனார்.

நாளுக்குநாளிவரிவ்வாறுனமநதமித்சினமனக்கவலையுத்சரீரபெலயீனமுநதாங்கமாட்டாதேயவரொருநாள்சொபமாய்க்கிடநதார். அதுக்கெல்லாருங்காகூவென்றுதலைமேற்கைவைத்து அய்யோமடிநதாரேமாய்நதுபோனாரேயென்றழுதலறிச்சவச்சேமத்தாசாரம்பண்ணிக்குளிப்பாட்டப்போனார்கள்.

அதுக்குமபத்திலிருநதடே ரியதோடியணிறையத்தண்ணீரைவெட்டுப்பிணமென்றவெரையதிலேபோட்டு அழுக்கிச்சூழப்பத்துப்பேரொருமிக்கத்தேய்த்துக்கழுவினார்கள். கழுவும்போதவருக்குமயக்கநதெளிநதாலுநதண்ணீரிலேமுச்சுவாங்கமாட்டாமலுமவர்களமுக்கினகைகாலாலேசயக்கிணகாண்பிக்கமாட்டாமலுமிலைச்சத்தனத்தினாற்பரமாற்தகுருமனாபயர்கையிலேசேற்றார்.

இதின்மேலேவேகுவாய்க்கூட்டங்கூடியவனாரப்புநதேருக்குள்ளேசமாதுவைத்தே

டுத்துமுன்னும்பின்னும்பக்கத்திலும்நெ
ருங்கச்சீஷர்கள்வநதெல்லாரும் ஊசணத்
சீதத்சீவணநாசமென்றுபாடிக்கொண்டு
போய்க்கல்லறையிலேவைத்தடக்கினார்
கள்.

பரமாறதகுருவின

கதைமுறறும்.

TRANSLATION.

THE

ADVENTURES

OF THE

GOOROO NOODLE.

FIRST STORY.

OF THE PASSAGE OVER THE RIVER.

THERE was a Gooroo* whose name was Noodle, who had five disciples serving under his command, Blockhead, Idiot, Simpleton, Dunce and Fool. These, having all six gone on foot through the surrounding villages, to make some enquiries respecting other disciples, were on

* For an account of the office and powers of the Gooroo, the reader is referred to the Abbé Dubois' work, on the Manners and Customs, &c. of the Hindoos. He will also be enabled to judge of the reverence paid this sacred character by a reference to the Institutes of Menu. Ch. xi. verse 229, 230 and 232.

their return to their Mattam,* when one day, they arrived in the third watch,† at the bank of a river.‡

Under a notion that this was a cruel stream, which, in consequence, could not be passed while it was awake, the Gooroo gave orders to Dunce, and dispatched him to ascertain whether the river were asleep. Upon this he lighted with a segar, and carried with him, a firebrand§ which he had borne in his hand, and without approaching the river, kept aloof and stretching out the brand at arms length, dipped it into the water.

---

* The Mattam is a secluded retreat, in which the Gooroo and his disciples reside when not engaged in visitations to those who are under their spiritual controul.

† In their civil day the Tamuls divide the twenty-four hours into sixty parts, called நாழிகை, each of which consequently contains twenty-four minutes. Seven நாழிகை and a half make one சாமம் or watch, four of which are contained in the day and four in the night. The term சாமம், however, is more commonly employed in marking the time of night than that of the day.

‡ The seven rivers celebrated in books, and classed together, are, கங்கை, the Ganges—யமுனா, the Jumna—நன்மதை, the Nerbudda—சரசோதி, the Saraswati—காவேரி, the Cavery—குமரி, the Kistnah, and கோதாவிரி, the Godaveri.

§ The firebrands used in India are either large stakes of a kind of wood (Ixora parviflora) containing bitumen enough to support a flame, and which are analogous to the *tedæ* of the Ancients, or they are, as described by Tavernier, "un linge entortillé et trempé dans l' huile que l'on met dans une maniere de rechaut au bout d'un baton."

Observing that as soon as he had immersed it, the water smoked with a hissing noise, away Dunce ran, hurrying, stumbling and tumbling, and cried out, "O Master! Master! this is not the time for passing the river. It is awake; and no sooner had I touched it, than it flew into a passion, hissed like a venomous serpent, and smoking in fierce rage, leaped and rushed at me. It is indeed a wonder that I escaped with the preservation of my life." To this the Gooroo replied, "What can we do in opposition to the divine will? We will wait a little while." So saying, they sat down in a spreading grove hard by, which formed a dark shade, and as each was relating, in order to pass the time there, different circumstances regarding this river, Blockhead spoke as follows:

"I have many a time heard my Grandfather tell of the ferocity and artfulness of this stream. My Grandfather was a great merchant. One day, he and a companion of his were driving along two asses laden with bags of salt, and when they had descended into the middle of the river, they washed themselves in the cool water, which was running up to their waists, (for, as it was in the hot season,* they were somewhat fatigued) and stopping the asses they bathed them also.

---

* According to book authorities the year is divided into six seasons, termed அறுவகைப்பருவம். The 1st called கார், comprehends August and September; it is the rainy season, at least on the Western side of India. 2nd, கூதிர், the cold season;

"On arriving afterwards at the opposite bank, they saw, not only that the river had devoured the whole of the salt, but that the salt had all been miraculously drawn out, while the mouths of the gunny bags, which were well sewed, were not in the least opened. They congratulated themselves, saying, ha! ha! since the river has seized upon this salt, is it not a great blessing that it has left us unswallowed?"

Upon this Simpleton began another anecdote. "The stratagems, wiles and thefts of this river have been numerous even in my day. Listen to one. A dog* holding fast in his mouth a piece of mutton which he

---

comprehends October and November. 3rd, முன்பனி, the former dews, comprehends December and January. 4th, பின்பனி, the latter dews, February and March, (these two bear some analogy to the first rains and latter rains of the Jews, see Deut. ch. xi. 14). 5th, இளவேனிற்காலம், the first hot season, April and May. 6th, முதுவேனில்; the hottest season, June and July. The Tamul months commence about the middle of our own, which throws these seasons a fortnight in advance. In ordinary conversation the above distinctions are not observed, but the following are substituted: வாடைகாலம் comprehends December, January, February and March, or the winter, and கோடைக்காலம் comprehends May, June, July, August and part of September, while the rainy season is called மழைக்காலம், by which we understand October, November and December.

* The reader will here recognize a fable with which he is familiar. The author has more than once, as will presently be seen, introduced current stories which seemed to suit his purpose.

had stolen, was swimming in the middle of the stream, when the river deceitfully exhibited in its water another piece of flesh. As for the dog, he conceived, that, without any deceit, what he saw was the bigger; so when quitting the piece which he held, he dived to snap at the larger one, both the one and the other disappeared, and the dog went home empty."

Whilst they were thus discoursing, they spied a horseman coming from the other side. As only a single span depth of water was flowing in the river, he remained on horseback, and without being the least afraid, came hastily splashing through. On perceiving this, they cried out, "Alack! alack! if our Gooroo too had a horse, both he and we with him might descend into the river without fear." Then they began to entreat him, saying, "O Sir, you must by all means buy a horse." The Gooroo Noodle however replied, "we will talk of this matter hereafter."

So as the day was declining and the evening approached, he sent again to examine whether the river were asleep. Idiot accordingly took the same fire brand, and on immersing it for the purpose of examination, he found that the water did not spirt up in the least, as the fire had been before extinguished; so being greatly delighted, he ran off, crying, "Now is the time! now is the time! come along quickly, and do not open your mouths or make any noise; the time of the deep slumber of the river is come; there is no occasion now for fear or alarm." Upon Idiot's shouting out this good news, they suddenly started up, and without uttering a single word, all six of them cautiously descended into the stream. At each step, which was so planted that even the waves beaten up by their legs made no rippling sound, they raised their feet over the water, advanced them, pressed them down again, and with hearts beating pit-a-pat tripped along and passed the river.

As soon as they reached and ascended the bank, they were elated in proportion as they had before been sorrowful, and while they were jumping about, Fool who stood behind, counted all the rest without including himself.* As he only saw five persons while he was

---

* This story bears so close a resemblance to the 10th of "the Merry Tales of the Wise Men of Gotham," that we cannot but conclude, either that it was borrowed from that Tale, or what is more probable, that both had their origin in some commonly current story. The Merry Tales to which I allude are now so scarce, that the reader will perhaps have no opportunity of determining this important point unless assisted by the following extract.

"On a certain time there were twelve men of Gotham that went to fish, and some stood on dry land; and in going home one said to the other, We have ventured wonderfully in wading, I pray God that none of us come home to be drowned. Nay, marry, said one to the other, let us see that, for there did twelve of us come out. Then they told themselves, and every one told eleven; said the one to the other, there is one of us drowned. They went back to the brook where they had been fishing, and sought up and down for him that was wanting, making great lamentation. A courtier coming by, asked what it was they sought for, and why they were sorrowful. O! said they, this day we went to fish in the brook; twelve of us came out

counting, he took alarm, crying out, "Woe is me! woe is me! one is gone with the stream. Behold, Master, but five of us stand here." Having placed them all in a row, the Gooroo himself counted them two or three times over; but as he always reckoned, omitting himself, he too pronounced that there were but five. Thus as one and all, each leaving himself out, added together only the others, it became certain among them that the river had swallowed up one.

On this account they howled bitterly, crying out "Alas! alas!" and embracing one another exclaimed, "O thou cruel river. O thou more obdurate than a block, more savage than a panther. Hast thou not feared, yea but a little, to swallow up the disciple of the Gooroo Noodle, who is saluted, respected, worshipped and praised from one end of the world to the other? Wretch! hast thou such a daring spirit, thou son of a black bear; offspring of a cruel tiger! Shalt thou attain to a future world? shalt thou hereafter roll

---

together, and one is drowned. Said the courtier, tell how many there be of you; one of them said eleven, and he did not tell himself. Well, said the courtier, what will you give me, and I will find the twelfth man. Sir, said they, all the money we have got. Give me the money said the courtier, and began with the first, and gave him a stroke over the shoulders with his whip, which made him groan, saying, here is one: and so served them all, and they all groaned at the matter. When he came to the last, he paid him well, saying, here is the twelfth man. God's blessing on thy heart, said they, for thus finding our dear brother."

thy cool stream along? May thy source be totally dried up and scorched; may the glare dart upon the sand in thy bed; may fire feed upon thy waves; may thy meadows be parched and withered; may thy depths be filled with thorns! Without moisture, without coolness, without even a mark to point out the place of thy former existence, mayest thou be in future consumed away!"

Thus did they vent their abuse and railing, stretching forth their hands and cracking their fingers.* Nevertheless, from their hasty stupidity, no one knew up to that moment which among them had been carried away by the river, and no one enquired who it might be. Just at that juncture, a sensible man who was travelling along the road came up, and touched with compassion demanded, "How now Master, how now, tell me, what is this bustle about?" They in turn related to him in due order what had happened, and he fully perceiving their idiotism replied, "What has happened, has happened.† If you will make me a suitable recompense, I have power to call hither him who is gone with the stream; for know, that I am deeply versed in

---

* The Hindoos in uttering a malediction, unite their hands by interlacing the fingers, and then projecting them forwards produce that sound commonly called cracking the joints. Their imprecations are still further strengthened, as they think, by casting dust at the object of them.

† That is, what has taken place is irremediable.

legerdemain." To that the Gooroo rejoicing answered, "If you will do this, we will give you forty-five fanams which we have provided for our journey." Then the other raising a stick which he held in his hand, "'Tis in this," said he, "that this art is contained. If you will range yourselves in a row, and as you receive a blow upon the back, will each reckon by calling out his name, I will cause all six of you to be here present." Having thus placed them, he first gave the Gooroo a thump on the back: "Holla!" cried he, "'tis I, myself, the Gooroo." "One," replied the man. In this manner he gave a blow to all of them, and each repeating his name respectively and casting up the account, they agreed in finding that not one among the six was missing. Being therefore astonished they came round the conjurer, and bestowing great praise on him, paid him the money which they had promised and went away.

SECOND STORY.

OF THE PURCHASE OF THE HORSE'S EGG.

AFTER the Gooroo Noodle and his five disciples had arrived at the Maṭtam, they went about relating the dilemma in which they had been placed in the river.

Upon this an old one-eyed woman,* who was in the habit of sweeping the Mattam, having heard in detail all that had happened, said, "I am of opinion that there was a mistake in the mode in which you counted yourselves and added up the sum. If one reckons, leaving out either himself or any other person, the amount will be erroneous; however, if another occasion should occur, I will tell you a method by which such a mistake as this

* The Tamuls divide the natural life of women, as our immortal Bard divides human life, into seven ages, ஏழுவகைப்பருவம். Until seven years old they come under the denomination பேதை; from seven till eleven they are considered பெதும்பை; from eleven to thirteen மங்கை; from thirteen to nineteen மடந்தை; from nineteen to twenty-five அரிவை; from twenty-five to thirty-one தெரிவை; from thirty-one to forty பேரிளம்பெண்: after the age of forty-one a female is reckoned an old woman, and is called, like the one-eyed dame in our story, கிழவி.

may be avoided. Having picked up the ordure* which lies on the commons, collect it together, and when you have patted it smooth, gather around it, and stooping down, dip the ends of your noses in the dung. Then count the impressions made by your noses, and you may thus know, without any error in the account, how many persons there are. In this very same manner, some fifty or sixty years ago, did we take account of a number† of women who were collected together.

They all replied, "This indeed is a capital plan and costs no money; it did not occur to any of us. Nevertheless, for all purposes, it will be best to buy a horse. Sir, you must by all means procure a horse." The Gooroo demanded how much the price of a horse would amount to. As they heard upon enquiry that it could not cost less than from fifty to a hundred pagodas, the Gooroo determined that he had not ability to pay so much.

The matter thus remained a good while under consideration, when one day they perceived that their milch

---

* This is a suggestion which would not appear quite so extravagant to a Hindoo as it must to an European, for the women of an Indian family are frequently employed in collecting the ordure of cattle, which they form into flattened cakes and dry in the sun against rocks or walls. These cakes are used as fuel by all classes.

† The words in the original are *ten women*, but the number *ten*, as well as *four*, is frequently used in an indefinite sense; thus resembling the number *nine* in Greek, when applied to time: as, *εννῆμαρ μεν ἀνὰ στρατον ὤκετο κῆλα θεοῖο*, Hom. lib. i.

cow which had been turned out to feed, did not return home at the close of the evening; they sought her all over the village, but as, notwithstanding their search, she was not to be found, Blockhead on the following day went to seek her in the surrounding villages.

On his return to the Mattam the third day, unable to discover her any where, he exclaimed with delight, "The cow, Sir, I cannot find: 'tis no matter, however, for I have met with a horse for us at a very low price." "How is that?" demanded the Gooroo with eagerness. To which Blockhead replied, "When I was on my return, after I had been searching from village to village, from common to common, from enclosure to enclosure, in order to find the milch cow, I perceived four or five mares grazing and reposing on the bank of a large lake. As I went on farther I found, in a place which was near, a number of horses' eggs hanging down in every direction, which could not be encompassed by one's two arms. Upon enquiry of one who came up, he informed me that they were in truth horses' eggs, and that the price of each of them was only four or five pagodas. Here is a fine opportunity, Sir. We can thus, at an easy rate, obtain a high bred horse, and as for its docility, this will depend upon the manner in which we rear it and break it in." They all consented to this proposition, and having united Idiot with him, delivered into their hands five pagodas, and despatched them forthwith on their journey.

After Blockhead and Idiot had set out, in the manner just mentioned, to purchase the horse's egg, Fool thus threw out a doubt. "Grant that the egg of a high bred courser be obtained, still when obtained, it is only after having been sat upon that it will be hatched; but who in the world is to hatch it I am sure I do not know. He says that it is not to be encompassed by one's two arms: though then we were to keep ten hens together upon it, they could not even stand upon it, much less cover it. Tell us then how we are to manage in this business." On hearing what he said, they all stared at each other with astonishment, and without opening their mouths, remained speechless.* After a considerable pause, the Gooroo addressed himself separately to each of the three who were present, saying, "I see no other way but that one of us should sit on it." Upon this each made his excuses. "It is my business," says one, "to go daily to the river and fetch all the water that is wanted, as also to go to the jungle and procure canes for firewood, how therefore can I possibly hatch it?" Says another, "After remaining night and day without intermission in the kitchen, dressing rice, cooking all kinds of curries, making fancy cakes and boiling water, for every body, thus killing myself at the stoves, how can the hatching be performed by me?" Says another, "Before day break I go to the river, and after having

---

* This sort of tautology, common in Tamul, seems not unfrequent in Scripture; as in Psalm xxxix. ver. 3, "I held my tongue and spake nothing."

cleansed* my teeth, rinsed my mouth, washed my face, purified my hands and feet, and completed all my ceremonies according to the rules, I have to go round the flower gardens, cull the new buds, bring them hither with due respect, tie long garlands, strew flowers over different idols, at the same time worshipping them, and daily assist at the Poojei of the deity. Such is my business; is it not? With all this, how can I hatch it?"

To this the Gooroo replied, "This is all quite true; neither can it be accomplished by the other two who are gone away; for one of them has more business than he can finish, in making enquiries respecting those who come and go, in giving answers to the questions which they propose, and in hearing and settling the disputes which are brought before him. Finally, Blockhead, on all occasions when we wish to transact any business, is he not the person who goes to the shops, to the fairs and

---

* According to Hindoo practice, cleanliness, or rather that particular cleanliness of person which is required by the law, and is called காரகர்மக, consists in four particulars, viz. 1st, க்ஷவுரம், shaving; which is performed on every part of the body except the top of the head, the upper lip, which however is shaved with Brahmans, the arm from the elbow to the wrist, and the leg from the knee to the ankle. 2nd, அப்பியங்கம், anointment, or according to others, the bathing of the whole body, as opposed to கண்டஸ்நானம், a bathing or washing of the head as far as the neck. 3rd, தந்ததாவனம், the care and cleansing of the teeth. 4th, நிர்மலவஸ்திரம், clean raiment.

to the villages? It is very true, therefore, that you must follow those occupations which constantly require your attention. For my part, am I not here doing nothing? I will place the egg in my lap, embrace it with my arms, cover it with the skirt of my cloth, hug it in my bosom, guard it with tenderness, and thus hatch it. It is enough if we do but produce the horse, we will not regard the trouble which is to be endured."

Whilst all this deliberation was taking place in the Mattam, Blockhead and Idiot, who had set out in the third watch with the rising moon, after a journey of more than two kādams* and a half, bent their course towards the mark which they had before seen and noticed, and arrived at the borders of the lake where there was an abundance of pumpkins† in fruit.

On perceiving this, being greatly delighted, they went to the countryman who was attending there and entreated him, saying, "Master, we earnestly conjure you to give us one of these eggs." He, in his turn, seeing their idiotism, said, "Hey-day! do you suppose yourselves fit to buy such high bred horses' eggs as these? They are very costly indeed." To this they replied, "Go to Master, do we not know that five pagodas is the price of them? Look ye, friend, take your five pagodas and give us a good egg." To this he answered, "You are, to be

---

* The Tamul kādam, காடம், differs in length in different parts. At Madras and its neighbourhood it equals ten English miles.

† Called சாம்பல்பூசணி, or ash coloured pumpkin.

sure, fine honest fellows. In consideration of your good qualities, I consent to give them to you at this price; select therefore an egg to your liking, and go your ways, but do not publish it abroad that you have obtained it at this easy rate." They both of them selected and took away a fruit which was larger than all the rest, and rising early the next morning, they set out on their journey just as the day was breaking.

Blockhead having carefully taken the egg and lifted it on his head, the other went before shewing the way, and while they were thus going along, Blockhead began to say, " Ay, ay, our forefathers have said, *they who perform penance, are forwarding their own affairs.* We have now seen the proof of this with our own eyes. This in truth is the profit which has accrued by the penance continually performed by our Gooroo. A high bred horse, which is worth a hundred or a hundred and fifty pagodas, we purchase and take tō him for five." To which Idiot replied, "Needs this any reflection? Hast thou not heard the saying—*from pious actions* alone proceeds delight;*

* The Tamuls reckon thirty-two kinds of pious actions, some of which are sufficiently fanciful: these comprehend, however, if not all the possible varieties of charitable works, at least more than most people perform. Their enumeration is as follows. 1. The building hospitals for the poor. 2. Giving food to those whose employment is devotion. 3. Giving food to those who follow any of the six sects. 4. Supplying calendars or almanacks. 5. Furnishing remedies for the eyes. 6. Giving oil for the anointment of the head. 7. Associating with the female sex. 8. Marriage. 9. Sobriety. 10. Preserving the good works of another.

all else is irrelevant and unworthy of praise. From virtue, not only profit, but pleaure proceeds; except there be (virtue), all else will be misery and disgrace. Did not my father for a long time practise many virtues; and he found his profit and delight in the end, in having me born to him." To which the other replied, "Can this be doubted? *If you sow a castor oil tree, will an ebony tree be produced?** From good actions, good will proceed, from evil actions, evil."

---

11. Raising a shed where water may be furnished gratis to passengers. 12. Building a house, either of rest for passengers, or for some religious devotee. 13. Building tanks and repairing roads. 14. Planting trees. 15. Planting groves for the convenience of travellers. 16. Giving food to animals. 17. Giving money to preserve the life of any living thing whatsoever. 18. Erecting posts for cows to rub themselves against. 19. Giving food to prisoners or slaves. 20. Giving boiled rice for sacrifices. 21. Causing to make sacrifices. 22. Giving garments. 23. Furnishing provisions for a journey. 24. Furnishing Brahmans with the means of bearing the expense of assuming the sacred thread. 25. Pouring milk into the sacrificial fire. 26. Making gifts, more especially of money. 27. Giving quick lime to be eaten with betel leaf. 28. Paying for the barber employed in shaving another. 29. Furnishing remedies for diseases. 30. Giving drink to cows. 31. Furnishing a looking-glass. 32. Burning corpses. It would need a long commentary to explain the nature and value of these various good works. I confess myself unable to do so, but recommend that their merits should be made matter of conversation with the உபாத்தியார், or instructor, by those who study the Tamul language in India.

* The Latin Dictionary, a most valuable work by our author, which is now in course of publication at the College Press at Madras, in quoting this common proverb says, "æquivalet dicto, quæ quis seminat

Thus conversing, after they had walked along for a considerable distance, the pumpkin, from striking against the bough of a tree which was bent and hanging down, was dashed out of his hands, and suddenly tumbling upon some shrubs which were spreading in bushes below, cracked and fell to pieces.

Upon this, a hare which was sitting in the bushes started up and ran away. Taking the alarm, they cried out, "Behold! the horse's foal which was in the shell has run away;" and followed after to catch and seize it. Running, regardless of hills or dales, or woods or commons, the clothes which they had on became entangled in the thorny bushes, and were partly torn and partly detained. They continued the pursuit, with their flesh lacerated by the stumps which they trod on, their blood flowing in consequence of the thorns which stuck into them, their bodies all streaming with perspiration, their hearts beating, their two ears closed,* puffing and blowing with fatigue, and their bowels jolting; notwithstanding which, the hare was not caught, and they both fell down, wearied out and harassed with fatigue. In the mean

---

hæc et metet." Perhaps it approaches still nearer to the very forcible interrogatory with which our Saviour inculcates the same moral: "Do men gather grapes of thorns or figs of thistles?" Matt. vii. 16.

* This is the undoubted meaning of the text; but whether violent exertion would produce the effect described, I will not pretend to determine. The effects of violent love on the same organ, as described by Sappho, seem at least equally wonderful, if not quite similar. Ὀππάτεσσιν δ' οὐδεν ὄρημμι, βομβεῦσιν δ' ἀκοαί μοι.

time the hare went on, and becoming concealed, so as no longer to be kept in sight, it ran away to a great distance. They too, regardless of their weariness, rose up, and with legs limping and wounded by thorns, stones and stumps, searched in every direction. Journeying in this afflicted condition, they suffered hunger and fasting all that day, and after sunset arrived at the Mattam.

When they entered in at the gate, they smote their mouths, crying, "Alas! alas!" and beating themselves, fell down. "What is it? What is it? What harm has come to you?" demanded the rest; who came, and, taking them by the hand, raised them up. After the two had related in detail all the circumstances that had happened, Blockhead spoke as follows: "O Sir, since the day that I was born, I never beheld so swift a horse as this: of an ash colour, mixed with black; in form and size like a hare, and a cubit in length. Although a foal* still in the nest, it pricked up its two ears, cocked its tail, which rose up the length of two fingers,† extended and stretched forth its four legs, and with its heart close to the ground, ran with a swiftness and impetuosity which can neither be expressed nor conceived."

---

* A foal, when first born, is called குட்டி; when somewhat grown, it becomes மறி, a colt: the term பத்சாரம் expresses the age of a full grown young horse; நடுபத்சாரம், that of a middle aged horse, and பழுபத்சாரம், one much advanced.

† By "two fingers," is meant the breadth of two fingers, a finger's breadth being a measure in common use, and the word *length* applies to the tail.

Upon this they were all bewailing, when the Gooroo appeasing them, said, "True indeed, the five pagodas are gone, but however, it is well that the horse's foal is gone also; if whilst a foal it runs in this manner, when hereafter it shall become full grown, who will be able to ride upon it? I truly am an old man: a horse of this description, my friends, although it were presented to me gratis, I would not accept."

THIRD STORY.

OF THE JOURNEY WHICH WAS MADE, MOUNTED ON AN HIRED OX.

AFTER some time had elapsed, a necessity arose for performing a long journey. As they could not go so far on foot, they agreed for the hire of an ox without horns.* They settled to give for its hire, three fanams a day, and after one watch from sunrise had been employed in various affairs, they set out upon their journey.

It being a terribly hot season, as they travelled along, the rays of the sun darted directly upon them, and they found themselves in an open plain, without the advantage of a single tree or bush, and without either covering or shade. While they were thus jogging along, the old Gooroo, unable to endure the fierceness of the unrelenting heat, and bending like a green blade of corn, was in danger of falling off the ox. On perceiving this, his disciples laid hold of him and lifted him off, and, as there was no other shade, set him under the shadow of the ox, which they halted, and fanned him with their

* மோணடிமாடு does not mean an ox, naturally without horns, but one whose horns were seared when they began to sprout, so as to prevent their growth.

cloths. After he had by this means been much revived, as a cool breeze sprang up, he re-mounted the ox, and travelling gently along, they arrived, before the day declined, at a little village where they halted.

No sooner had they entered into a small rest house there, than, on paying the ox-driver his three fanams, he asserted that it was not enough. "How is this," replied they, "is not this the daily hire that we originally agreed for with you?" To which he, objecting, vociferated, "It is true indeed, that for the accommodation of the ox, as a conveyance, this hire was agreed upon; but moreover, in the middle of the way, my ox afforded accommodation as an umbrella against the heat: must I not then have hire for this too?" They asserted that this was an imposition, and flying into a passion, opposed him and raised a great dispute. As the quarrel encreased, all the villagers who were passing to and fro, both men and women, assembled and formed a crowd. In the mean time a Padeiyāchi,* who was the justice, having appeased the fray; heard the dispute on both sides, and demanded of them whether they would abide by the decision which he should pronounce, and the judgment which he should give: after which he spoke as follows:

"I† myself once travelling home, put up one night at

---

* A certain caste of cultivators.

† This story, which, in other forms, is familiar to us in Europe, is derived from an oriental stock.

a large caravansara; where, besides lodging, they supplied, for money, those who frequented it with every thing that might be wanted in the way of food. I, however, as I had not enough for my travelling expenses, said that I needed nothing. They then transfixed upon an iron spit a large leg of mutton, for those who had arrived that day, which they roasted by turning it over the burning coals. This continued smoking with the heat, and the odour which it sent forth being very grateful, I thought that it would be nice to eat the bundlefull of boiled rice* which I had brought, with this savoury smell, and begged permission to be allowed to turn the spit for a little while. Thus, holding the rice over the smoke, I turned the spit with one hand, whilst with the other I fed myself with gratification at the savoury odour. Afterwards, when I was thinking of going, the master of the caravansara demanded payment for the odour which I had smelt. I asserted the injustice of his demand, and, both of us disputing together, we went before the head man of the village. Now he was a great Shastri, a very sensible man, extremely clever and much versed in the science of the law. Listen to the decision which he gave. 'For him who ate of the dish, the price is money, but for smelling the odour which issued from the dish, the price is the odour of money;

---

* A native of India, when travelling, seldom fails to provide himself with a cloth full of cold boiled rice, (கட்டுச்சாதம்). This, when moistened with the juice of a lime, or a little pepper-water, is sufficient to satisfy his moderate appetite.

this is my decision.' So saying, he called the master of the caravansara near him, and forcing a bag full of money down upon his nose, he chaffed and scrubbed it. The other cried out, 'O dear! O dear! my nose is coming off, I have had sufficient payment.' Do ye hear this? Is not this justice, is not this law? This very decision applies to you. For journeying hither on the ox, the proper hire is money, and for remaining in the ox's shadow, the shadow of the hire-money is sufficient."

However, as the sun was now set, having settled the sound of the money, as the hire of the ox's shadow, he suddenly seized on the ox-driver, and having repeatedly thumped the money-bag upon his ear, he cried out, "Do'st hear?" To which he replied, "O yes Sir, O yes Sir, I have heard it, indeed I have heard it, my ear is sore; enough father, of hire enough." The Gooroo also said, "What I have already suffered sufficeth me; I cannot endure this vexation, take away thy ox; the remainder of the journey is short, in the morning I will proceed gently on foot." So saying, he discharged him. Then, greatly praising and complimenting the Justice who had so well settled his quarrel, he gave him his blessing and dismissed him.

FOURTH STORY.

OF THROWING A FISH HOOK TO CATCH THE HORSE.

ON the following day the Gooroo and his disciples dreading the heat, made ready as soon as the cock crew and set out on their journey. As they travelled at a slackened pace, before they had yet finished one kādam, finding that the heat began to scorch them, they halted in a cool grove. Whilst they were refreshing themselves there, Dunce retired to the fields,* and then went to wash his feet† in a neighbouring lake.

---

* This is one of several delicate forms of expression, the meaning of which will be at once perceived. The following are some others which should be borne in mind, in order to avoid mistaking the implied for the literal sense of the words. ஒன்றுக்குப்போறது, “to go for one purpose—இரண்டுக்குப்போறது, to go for two purposes—குளத்துக்குப்போறது, to go to the tank—வாய்க்காலுக்குப்போறது, to go to the channel—ஆற்றுக்குப்போறது, to go to the river—வெளியேபோறது, to go out—கொல்லைக்குப்போறது, to go to the field.

† This expression is equally guarded as the former, and has an implied meaning which cannot be mistaken.

There was an Ayinār* temple upon its bank, in which there was a large horse of newly baked clay, which had been brought and deposited there in fulfilment of a vow. The lake being full of water, and the water clear, Dunce saw the reflection of that clay horse in the lake; and, astonished that a horse should stand in the water, as he perceived that it was of similar colour, size and appearance with the clay horse which stood on the bank, there arose a suspicion with him that it might perhaps be its reflected image which appeared below.

Just† then, however, the water becoming undulated and ruffled by a breeze that blew over it, the horse also which appeared in it was agitated, and as he perceived that there was no motion whatever in the horse on the shore, he became convinced that the horse in the water was separate and alive; moreover, as if to drive it away, he shouted out, and pelted it with a stone. With this, the water becoming more undulated, the horse also seemed to him to raise his head, to kick out his feet, and to leap with his whole body in trepidation. So taking alarm, he ran to the rest and related every thing that he had seen.

---

* Ayinār, அயனார் or அய்யனார்; called also அரிகரன் and சாத்தர், is the son of Vishnoo. His distinguishing weapon is the செண்டாயுதம், or club; his conveyance is a white elephant, whence he is called வெள்ளையானையூர்தி, and a cock is the ensign displayed in his banners, on which account he is intitled கோழிக்கொடியோன்.

† This story reminds us of that told of the Wise Men of Gotham, who raked in a pond for the Moon.

Upon this they all instantly arose and hastened to the spot, where, looking around them, they perceived the truth of what Dunce reported. They afterwards consulted* together how they should take it, but as none of them would consent to descend into the water and lay hold of it, after opposing, and rejecting several modes which one and another suggested, they at length determined, that it would be the best plan, by casting a hook, in the same way as one would catch a fish, to catch this also, and thus draw it ashore.

They made preparations by taking as a hook, a sickle that one of them had with him, and this they baited with a bundle† of boiled rice which they had brought, while for a line they took the turban that the Gooroo wore. In this manner, having thrust the sickle through the rice, they tied it with the turban, and threw it into the place where the horse made his appearance. By the great

---

* It is held that in consultation (ஆலோசனை) five circumstances (பஞ்சாங்கம்) are to be considered. 1st, பிறம்போபாயம், the exterior means. 2nd, புருஷார்த்தவியசம்பத்தி, the fruits which we are to expect, and which should be among the following four: 1, தர்மம், good works; 2, அர்த்தம், riches, money or goods; 3, சுகம், pleasures; 4, மோக்ஷம், paradise. 3rd, தேசகாலவிபாகம், the choice of time and opportunity. 4th, விபத்துப்பிரதிகாரம், a foresight of what may be the objections and the answers to them. 5th, காரியசித்தி, determination as to whether the matter under consideration can and ought to be done.

† See the Note in page 73.

undulation of the water, from the impetus with which it plunged in, the horse also which appeared there, seemed as if seen to leap, to wriggle and to kick, in consequence of which they all took alarm and ran away. One of them, however, who had hold of the turban did not let it go, but remained with it in his grasp. After the waves of the lake had subsided, he drew softly near, and as he continued to troll the bundle of rice which had been cast in, some large fish in the lake bit at the cloth; perceiving signs of which, he beckoned the rest to him by a signal with his hand and cried, "Look ye! the horse is biting the bait." On drawing up the turban after a little while, the cloth and the rice were both gone, in consequence of which, the sickle which was fastened to the turban stuck in a large weed that was spreading out beneath the water. They all cried out with delight, "Now that the hook has stuck in the horse's mouth, he is our own:" then uniting together they pulled at the turban, which being an old one, it gave way, and they all at the same instant fell on their backs.

A good man coming up at the moment when they had thus tumbled down, asked what was the matter, and they related every thing as it had occurred. Upon this, he, perceiving their simplicity, veiled with a cloth the clay horse which was on the shore, and shewing them that the horse in the water was also thus hidden, he did away with the delusion.

They then pointed out the Gooroo, and related to the man, with every particular, how, from their not having money to purchase a horse, which was so absolutely necessary in consequence of his decrepid age, they had bought the egg of one; how it had been destroyed, and how they had suffered vexation on account of the hired ox. He, perceiving that they were well meaning folks, and without guile, had pity on them, and said, "I have a lame horse, an old one indeed, however, it will be serviceable for journeys of the description you make; fanam* or kāsoo is unneccessary, I give it you gratis. Come all of you to my house." So saying, he took them away with him.

---

* See the words பணம் and காசு in the Vocabulary. The latter word is usually pronounced *cash* by Europeans, but the Tamul orthography is used in the text, that the reader may not mistake it for an English word.

FIFTH STORY.

OF GOING HOME ON HORSEBACK.

THAT good man carried them away in the manner already mentioned to the village where he lived, which was in the neighbourhood. He was not a rich man;* he was indeed poor, but he was charitable; so he spread before them a repast, in which there was no lack of ghee, or milk, or tyer,† and gave them betel leaf‡ and nut,§ and tobacco, and whatever else was requisite in abundance.

---

* A rich man, திரவியவான். There are eight components, அஷ்டைசுரியங்கள், which constitute திரவியம், or wealth: viz. தனம், money—தானியம், corn, that is, land—குமாரர், children—வஸ்து, goods or personal property—வாகனம், conveyances, horses, camels, elephants—வெந்து, relations—சேனங்கள், friends, allies—அடிமை, slaves. From this enumeration it will, I think, be granted that the Hindoos have tolerably clear notions respecting the good things of this world. The eight pleasures or enjoyments of life, அஷ்டபோகம், are 1st, போசனம், eating. 2nd, வஸ்திரம், clothing. 3rd, கெந்தம், odours. 4th, புஷ்பம், flowers. 5th, தாம்பூலம், betel and areka. 6th, பிரியமான பெண்சாதி, a beloved wife. 7th, சங்கீதகோஷ்டி, a band of musicians. 8th, பலாஉண, a couch of flowers.

† Milk curdled into a solid mass, by the addition of a small quantity of milk already curdled. It is usually eaten with rice.

‡ Piper Betel. § Areca Catechu.

On the following morning, he sent for the horse which was grazing in his fields, and setting it before the Gooroo presented it to him as a gift.* The horse, besides being aged, was blind of an eye, shorn of an ear, lame in one of his fore legs, and limping† in one of the hind legs: so that it was a conveyance suitable to the woeful form of the Gooroo. Although such his plight, they were all greatly delighted that they had got a horse, and that it had been obtained gratis. Gathering around, they lavished on it their caresses, this one patted it, that one laid hold of a leg and twisted it, one seized the tail and pulled it, another wiped its eyes, while another fed it by cramming grass into its mouth.

After this, on searching for the horse's trappings, he who had made them a present of the horse gave them an old saddle which was torn. However, as it wanted the hind-strap (crupper) which passes under the tail, they procured some pālei-kodi‡ stalks and tied them on: so likewise, as there was no rein to the bridle, they sub-

---

* This may seem somewhat tautological, but the word கொடுத்தான், *he gave,* does not necessarily imply that the object presented was a free gift; therefore the word காணிக்கை, a present or gift, is likewise expressed. Thus in Virgil,

> Est mihi disparibus septem compacta cicutis
> Fistula, Damœtas *dono* mihi quam *dedit* olim.

† The text is பின்கால் முடிக்காலும். I am not acquainted with the word முடி; but am inclined to think it a mistake for முடக்கு, lame or limping, from முடம், lameness.

‡ See the words பாலை and கொடி in the Vocabulary.

stituted twisted hay bands. After they had given themselves much trouble to obtain a belly band and girths, not being able to procure them, Blockhead went to a village in the neighbourhood, and purchased both these and a martingale.

When all the trappings had been thus obtained, the unlucky* days were passed over, and at a fortunate moment, according to the rules of astrology, all the village having come forth in company with them, shouting out and cheering, they placed the Gooroo Noodle on horseback at the head of the procession. Then, one of the five disciples laying hold of the bridle pulled forward. One placed near the tail, hooted, and drove the beast on. Two of them at the two sides, keeping hold of the Gooroo's legs, supported him; while another in front, acting as herald,† cried, "Take ye care, take ye care, look out, look out;" and thus they went along.

---

* If the 12th day of the Moon's age fall on a Sunday, the 11th on a Monday, the 5th on a Tuesday, the 2nd on a Wednesday, the 6th on a Thursday, the 8th on a Friday, the 9th on a Saturday, these days are accounted unlucky. On the contrary, if the 8th fall on a Sunday, the 9th on a Monday, the 6th on a Tuesday, the 3rd on a Wednesday, the 9th on a Thursday, the 13th on a Friday, the 14th on a Saturday, these days are esteemed lucky. In general, the 1st day of the moon's age, the 4th, the 6th, the 8th, the 9th, the 11th, the 12th, the 14th and the 15th, are esteemed unluckly, unless their ill luck be corrected by the day of the week according to the above table. On the contrary, the 2nd, the 5th, the 7th, the 10th and the 13th, are esteemed lucky.

† See Dubois' Work, page 67.

After they had travelled merrily along for a considerable distance, the collector of toll belonging to the highway came running up, and stopping them, demanded five fanams for the horse. To this they replied, by crying out, "What! toll for a horse ridden by a Gooroo! Has this any thing to do with commerce? This forsooth is a horse given by a person out of charity, who perceived that owing to his decrepid age he was unable to go on foot: what toll is there for this? 'Tis an injustice." As he would not quit his arrest, even until it was high noon, seeing no other way, they gave the five fanams. The Gooroo, too, reflecting that if he had been without a horse, this vexation would not have been occasioned, was in great tribulation.

They went to refresh themselves in a choultry which was near, and to a good man whom he found there, the Gooroo himself began making great complaint. "I never," said he, "mounted a horse from the day that I was born. Now to-day, on the occasion of my riding for the first time, this is the injustice which I have experienced. Shall the money which they thus wickedly obtain, like thieves who unlawfully take possession of the road, do them any good? Shall not the money, which they consume* my belly by receiving, become a fire to them?"

* வயறெரிய is a phrase, which translated literally signifies "the belly to burn," or "be in a burning state," but which means, also, "to be very hungry," or to "grieve." In the original, there is a kind of *double entendre*, therefore, which does not admit of translation, arising from the two-fold meaning of the phrase.

To which the other replied, "This, Sir, is the temper of the times; in these days, money is the Gooroo, money is the deity; we have heard it said of old, that *if you but name money, even a corpse will open its mouth.* Now-a-days, Sir, there is no other care or love but money." The Gooroo answered, "In these times there are some, who if they see money, though it be in ordure,* will not scruple to lick it out." Said the other, "Is there any doubt of this? And even that, Sir, doth not stink to them: listen to an evidence of this.

"A certain king,† from a desire of money, after he had imposed upon his kingdom all sorts of taxes which had not existed before, levied a tax also upon urine. This, even his own son not enduring, he remonstrated with his father, saying that it was shameful to demand such a stinking tax. The king, however, dismissed his son without making a reply. After many days had elapsed, and the money had been collected for the tax which had been

---

* The ordure of different animals has different names, which it is proper to bear in mind. The general term is கஷ்டம்—that of the ox and buffalo is called சாணி, சாணகம், or சாணங்கம்—that of the elephant and of the horse, லெத்தி—of birds and lizards, எச்சம்—of goats and sheep, பிழுக்கை—of the domestic fowl, கோழிக்காரம்—of man, உலெத்தியம், மலம். The above are terms of decency, but the word பீ, so often used by people of low caste and education, is to be avoided as grossly vulgar.

† This is the well known story of Vespasian and Titus, which the Author has artfully introduced in illustration of his subject.

imposed, the king, sending for his son, desired him to smell that money: 'Does it stink?' demanded he. The son, not thinking of any ulterior meaning, said it smelt well enough; upon which the king replied, 'This is the very money from the urine tax.' Dost hear me? It is enough, if the money but comes; it is no matter, Sir, how it comes."

After they had in this manner passed the day in much conversation, in the evening the Gooroo again mounted the horse, and when they had travelled along they halted in a hamlet. They did not tether the horse, but turned him out to feed at night, and when they went in the morning to seek him for their journey, he was not to be found. On entering and searching from house to house, a person had detained him tied up in his enclosure, and when they requested that he would give him up, he replied, "The whole thirty hours* of the night he has been feeding on my grain, by which as I have suffered much injury, I will positively not let him go." Upon this the chief of the village went himself to him; but although he endeavoured to appease him, both by entreaties and threats, he said that he would agree to give him up, only on condition that the damage should be made good. A number† of persons assembled, who having enquired into the injury which had been done by the grazing, and having estimated what had been trodden down and what

---

* See Note in page 52.

† Literally, four persons; but the number is used in an indefinite sense.

had been fed off, pronounced that there was a damage of ten fanams, or at least, that there was a damage of eight fanams. In the end, however, an agreement was made for four fanams; which the man having received, gave up the horse.

As for the Gooroo, being greatly distressed, "Wherefore have I this horse?" said he, "how many expenses, how many sorrows, how many degradations have been incurred in consequence of its coming; all this, my friends, is ill befitting my dignity." So saying, he resolved firmly to go on foot. Upon this both his disciples and the village folk cried, "Fie, fie, this ill beseems you, besides, you are unable to walk on foot." Then a certain Valloovan* hearing all this, said, "You need not grieve, Sir. Undoubtedly all these calamities have come upon you, from the sin which has possessed the horse. If you, once for all, will incur an expense and give me five fanams, I will cast out and remove that sin." Reflecting, that "*if one fears expense, business cannot be done*," they consented to give the money, and told him to cast out the sin.

Then the Valloovan, in order to deceive them, performed several ceremonies, plucked some green leaves, sprinkled them over the horse, screamed out, "Moona! moona! ah! oh!" And having performed circumgyrations round him, he came thrice to the right, and after patting and stroking the horse from the tail to

---

* See the word வள்ளுவன் in the Vocabulary.

the head, seized hold of the single ear. "In this very ear," said he, "all the sin is lodged. It was in order to cast out such a sin as this, that the other ear was heretofore cut off. Now, if we cut off this also, the sin of the present day will be suppressed and stayed." With this, having sharpened a chopper, they cut off the ear, and in a trice bore it to a distance, in order that the sin might not attach to any one. They then dug a deep pit, buried it, and covering it with earth, placed a mark there and came away. As all that day was consumed, on the following morning they departed, and after having suffered much trouble arrived at the Mattam.

SIXTH STORY.

OF THE BRAHMAN'S PROPHECY.

AFTER their arrival at the convent, the Gooroo was very much out of spirits. The gift-horse was a very defective horse, yet it was a great happiness to him that it had come without purchase; still, however, harping and harping upon the sorrows and misfortunes which had happened on the road on account of the horse, he continued to suffer great anxiety of mind: so, assembling his disciples, he began to give them divers sage counsels. "Brethren, I perceive every day more and more, that all the pleasures of the world are false pleasures. Good unmixed with evil, a sweet unmixed with bitter, and joy unmixed with sorrow, are here unattainable. Alas! alas! were we not greatly delighted, that, through civility, we had obtained a horse without paying for him? Ye have witnessed the sad misfortunes which visited us, and, on that very day, immediately followed this good fortune. Must we swallow so much bitterness, in licking up one drop of honey? Ah! even the grain of fine rice* is

* சாலிநெல்லு, is a superior kind of rice.

within its husk, and to fruits* of every kind there is a skin and a stone.† All this is indeed true; nevertheless, the evil which I have endured within the space of one day is extreme. It is certainly not befitting me to go about riding on horseback. Shall I have the audacity to go in opposition to the destiny above? No, no. It will be proper, then, hereafter to send the horse back again." To this all the disciples with one accord replied, "This must not be; this must not be. Do not talk so, Sir. Is this a horse which you have purchased? Is this a horse which we have sought? No indeed, it is a horse which came of itself, as a providential assistance; did it not? If we send it back, it will be to go in opposition to the divine will; will this be proper? This will, indeed, be a sin, Sir. Besides this, there is nothing to excite alarm, now that that Valloovan has cast out the sin which had got possession of the horse."

By their stating at large, this, as well as many other reasons, the Gooroo himself having recovered his spirits, said, "Be it according as you have said; however, in order that the mishap which we met with the other day, may not occur in future, it will not do to turn the horse out to feed at night, but we must positively keep him tied

---

* In the acceptation of the word கனி, *fruits,* nuts of different sorts and plantains are not included; so that the saying is precisely true in the original, though not in the translation.

† In two cabs of dates there is one cab of stones and more.

A Hebrew Proverb.

up in-doors, and I do not know of any place for that purpose." Then, said Simpleton, "What need of consideration for this? I will go now directly and cut some Banian branches, and bring them, and in a moment I will construct a neat stable up in the corner."

The instant that he spoke, he set out, and ascending a large spreading Banian tree which was by the road side, he began to cut* with an axe a straight branch which projected. He, however, stood at the end, and chopped the part next the trunk; which a Brahman traveller who was coming along the road having perceived, cried out, "Ho! brother,† do not stand in this manner, you yourself will fall together with the branch." To this he replied, "Comest thou with this evil boding to me?" With that he hurled at the Brahman a knife which he kept sheathed at his waist. Whilst the other thinking, "Let this fool learn by suffering," retreated and made his escape.

---

* This adventure will remind the reader of that admirable stroke of satire in Hogarth's engraving of an Election: where a foolish fellow sits at the extremity of the Crown sign-post, and saws the portion on which he is supported. Our Author wrote before Hogarth's time, but the idea is very ancient; for, as I learn from an eminent Sanskrit Scholar, it is contained in an anecdote related of Kālidāsa.

† The terms அப்பன், a father; அப்பன், a father; அம்மாள், a mother; தம்பி, a younger brother, &c. are frequently used, in familiar address, among persons who are not related to each other; for the Tamuls follow the rule of Erasmus, "Senes, ignotos adolescentulos filiorum cognomento salutant; adolescentes vicissim illos patres aut Dominos." In Greek, this idiom is common: thus, 'Εξ αὐλᾶς ὦ μᾶτερ; *Theocrit.*; and it is probably to be found in all languages.

As for Simpleton, he chopped away, still standing in the same manner in which he had stood before, so that when the wood was more than half cut through, it broke, and he himself fell down with it. "Am! am! ma!" exclaimed he, "that Brahman is a great Shāstri, a mighty Prophet, it has happened just as he predicted." So saying, he quickly rose up, and ran to overtake the Brahman. This latter, perceiving him running all on a sudden towards him, stood in terror, doubting what this senseless wild beast might do. Simpleton, approaching, made him a reverence, and said, "Sir, you are a great Shāstri, pray prophecy for me yet once more; I am a disciple of the Gooroo Noodle, for whom I have a great affection. As he is of a decrepid age, I am fearful that he will die in the course of a short time. Do pray now, for my comfort, tell me at what period his end will be, and what will be the signs that will appear previously to it."

The Brahman in order to effect his escape, made various excuses; but, as the other would not quit him, he at last said, "*Āsanam shītam jīvana nāsham.*" "What is this Sir? pray tell me its meaning," asked the other importunately. The Brahman replied, "On whatsoever day your Gooroo's posteriors shall become cold, it will be a sign that his death is at hand."

So Simpleton, having made obeisance,* departed, and dragging the branch which he had cut to the Mattam,

---

* Obeisance, நமஸ்காரம். See Dubois' Work, page 207.

related circumstantially all the particulars that had passed. The Gooroo upon this was very sorrowful, and thus spoke. "It cannot be asserted that the said Brahman is not a great Shāstri, for every thing immediately happened to thee, exactly as he had foretold. In like manner, the prophecy which he has pronounced and sent to me, must be infallible. *Āsanam shītam jīvana nāsham*, is a true saying. For the future, great care will be requisite: my feet* must never be washed, and for the rest—God's will be done."

---

* The force of this expression has been already adverted to. The literal meaning of the words would be inapplicable, but the implied sense has direct reference to the Prophecy.

SEVENTH STORY.

OF FALLING OFF THE HORSE.

AFTER the circumspection, which has been mentioned, had been for some time used, they set out upon a tour from village to village; impelled by the consideration, that should they travel around the district, the disciples might collect their money, but that in the Mattam no income could be realized.

One day, when they were on their return to the Mattam, as the Gooroo was jogging along on horseback, his turban happened to fall off behind him, in consequence of encountering the branch of a tree which hung downwards.* Thinking that the disciples had picked it up, after he had travelled on quietly for a considerable distance, he asked them, "Where is my turban? please to

* The roads, in India, are not unfrequently lined with Banian trees, whose wide spreading boughs, covered with thick foliage, afford a welcome shade to the traveller. From these boughs, the largest and lowest of which are horizontal, numerous roots are suspended, which in time reach the ground and become new trunks. They may with truth be said to hang downwards; an expression, which would scarcely apply to the bough of any other tree.

give it me." They replied, "It is yonder, and probably lies on the spot where it fell." Upon which he grew angry, and said, "Is it not necessary to pick up every thing that hath fallen?" So Idiot immediately ran off, and as he was bringing along the fallen turban which he had picked up, he placed in it some dung loosely evacuated by the horse (for he had been feeding on the commons, upon grass that was green in consequence of some showers of rain which had fallen that night), and delivered it into the Gooroo's hand.

He then became exceedingly enraged, crying out, "Fie fie." To this they all with one accord, replied, "How is this, Sir? Did you not deliver your instructions before, saying, that every thing which fell was to be picked up; and now, because Idiot acts according to those instructions, you fly into a passion; wherefore is this?" As for the Gooroo, he replied, "Not so. There are some things which it is proper to pick up, and others which it is improper to pick up. You should act with some shew of sagacity." To this they replied, "We are not men so clever as all that." So they requested that he would write down, separately, such things only as they were required to pick up, and these he wrote accordingly.

After this, in travelling along, the ground being slippery and wet, the lame horse, which tottered as it went, tripped and fell down, and the Gooroo tumbling head downwards and feet upwards into a large hole which was near, roared out for help, and cried, "Pray run and pick me out." The disciples ran to him, and one of them taking out the cadjan,* which he had before written and given to them, began to read thus: "To pick up a fallen turban†—to pick up a fallen waist-cloth and short cloth—to pick up a fallen jacket and drawers." Thus the Gooroo lay there

---

* A name, probably of Portuguese origin, used by Europeans at Madras to signify the leaf of the Palmyra tree. (See the word ஓலை in the Vocabulary.) The languages of Southern India are usually written, or rather engraved, on this material.

† The articles of clothing (உடுப்பு) among the Tamuls are few and simple; though their names, some of which are synonymous, and others expressive of differences in manufacture, colour and other circumstances, are extremely numerous. It seems probable, that anciently they wore no sewn garments, and that the jackets now so much in use among the higher classes of citizens, and the boddices worn by dancing women, as well as females of the higher orders, were introduced by the Mussulmans on their conquest of the country. To this day, those who, residing far from towns, and following rural occupations, are less disturbed in their observance of the customs of their ancestors, wear none but long unsewn cloths, in the precise state in which they come from the loom; and in none of the Ancient Sculptures of Southern India, are either jackets or boddices to be found, the men or gods being represented naked, and the women being furnished with a broad ornamented belt, which passes horizontally across the breasts and under the arms. The turban is likewise of modern introduction and partial use; Brahmans, with the exception of those who hold official situations, seldom wear it, and many other classes, more especially in the country, go bare-headed even in the hottest weather. The genuine dress of the men, therefore, consists of the கோமணம், a cloth which delicacy absolutely demands, and which is the only covering worn by the labouring classes—the சோமன், a cloth of 8 cubits in length, which is passed several times around the waist and between the legs, thus entirely covering the lower half of

naked, while they went over each article, one by one, according as it was read out, and notwithstanding all his entreaty and all his rage, because this was not written in the cadjan, they persevered in refusal, saying, "Sir, where is it written that you are to be picked up? shew us. We will do exactly according to what is written; but we will never consent to do that which is not written." He, perceiving their obstinacy and seeing no other way of

---

the person—the வேஷ்டி, a cloth, of 4 four cubits length, which is usually carried over one of the shoulders and is occasionally used to cover the head—the துப்பட்டி, a cloth, of from 19 to 20 cubits, which envelops the upper part of the person. Perhaps the சல்லடம், a sort of short trowsers reaching half way down the thigh, and worn by soldiers and athletæ, may be also of ancient origin. To these we may annex the modern additions, of the தலைப்பா, or turban, of 30 cubits length—the சட்டை, or linen vest, which fits the body in the upper part and has a full skirt, and the உடை, or trowsers worn by dancers.

The true dress of the women is a single cloth of 14 cubits in length, called சேலை or புடவை. By dexterity in the art of wrapping this around the waist, and bringing the end over the shoulder, the females in India form as elegant and modest a dress as that made with so much labour, and adjusted with so much art, by the fair sex in Europe. The use of the needle and scissars, therefore, which some seem so anxious at the present time to teach them, would prove at best but a needless art. It might even be morally hurtful, because those additional articles of clothing which require to be made up, are principally used by courtezans, and those whose subsistence depends on decoration of person. These wear, under the புடவை, the ரவுக்கை, or boddice, already observed to be of Mussulman origin, and the உடை, which are loose drawers or trowsers.

escape, took a cadjan and a stile, and wrote, in the place where he was lying, "And if I fall you are to pick me up."

His disciples, when they saw what was written, all, with one accord went and picked him up. As his body was entirely covered with mud, because there was muck in the hollow into which he had fallen, they washed him in some water which was at hand; and, afterwards, having put on all his clothes as before, they seated him on the horse and conveyed him to the Mattam.

EIGHTH STORY.

OF THE INTERMENT OF THE GOOROO.

FROM the great alarm and bustle, on the occasion when he fell and lay in the hole, no one called to mind the prophecy which the Brahman had previously made. It was only after having again mounted on horseback, that the Gooroo himself, perceiving that his posteriors were cold, grew sorrowful. Nevertheless, he refrained from saying any thing, until their arrival at the Mattam.

Owing to the shock of falling at his decrepit age, he could obtain no sleep that night, but tossed about restlessly, and suffered great tribulation from the thoughts of the above-mentioned prophecy. Not allowing himself to suppose, that the pain which agitated his frame and caused his restlessness, arose from the fall from the horse into the pit; he was confirmed in the notion, that it doubtless all proceeded from his approaching death, occasioned by the coldness of his rump. With this thought he was distracted and terrified within himself during the whole night, and unable to close his eyes even for a single instant, he groaned frequently, and, urged by the unsettled state of his mind, he afterwards at break of day sent for his disciples.

On their coming to see him, they were greatly alarmed to perceive, that his countenance was changed; that his two eyes had sunk in their sockets; that his face was withered and shrivelled, and that over it there was a pale hue mixed with brown; that his mouth was without moisture; his speech confused, and that he stared as it were upon vacancy. Then, fetching a deep groan, he exclaimed, "O! my brethren, place me in the sepulchre and perform the rites of burial to my corpse." "How is that, Sir?" demanded they in terror. "How is that!" replied the Gooroo, "have ye then forgotten the words, *Āsanam shītam jīvana nāsham.* In the pit, into which I fell yesterday, there was much water and mud, in consequence of which my rump became wet. Nevertheless, owing to the mishap which then took place, this did not occur to me. I afterwards perceived that my posteriors were very cold, and I thought upon the shāster which the Brahman had pronounced. Accordingly, I have experienced pain of body and uneasiness during the whole night, nor have I obtained the least sleep, so that I am become fully sensible that my death is approaching. Further deliberation is needless, ye will speedily prepare for my interment."

They too, on thinking of that augury, were terrified; but although terrified,* they did not disclose, but sup-

* உத்சஹர்களா உத்சஹறும், *they were terrified, but although terrified.* This repetition, though somewhat redundant, adds force to the disjunction. Thus also in the following passage:

Ὁρᾷς; φρονεῖς μὲν εὖ, φρονοῦσα δ', οὐ θέλεις
Παῖδάς τ' ὀνῆσαι, καὶ σὸν ἐκσῶσαι βίον.

Eurip. Hippolytus, line 313, 314.

pressed their inward alarm, and administered every species of consolation in order to tranquillize the Gooroo's mind. Perceiving, that notwithstanding all that they could say, the tribulation of his mind was not appeased, they sent for one named Asangadan (the mocker), the son of Achēdanamoorti (the irrational), who had formerly been the soothsayer of the village, and took him to cast out the evil spirit which possessed their Gooroo, and to comfort his mind. After he had heard all the circumstances which had previously occurred, Asangadan came, and, with eyes, mouth and nose, convulsed (by his grimaces), demanded, "What is the matter with you, Sir? Say, what ailment has come upon you, what pain, what grief, what affliction? My Gooroo! my Master! my Father!" To all this the Gooroo made no other answer, except the sentence, *Āsanam shītam jīvana nāsham.* Then the other replied, "Very well then, that Brahman has asserted, forsooth, that a coldness of your rump will be your destruction, and I will cause the heat of his rump to be his destruction. Point me out that Brahman, I will perform rice-beater Pōōjei* upon him, and thus cast out and put an end to all the evil which has happened through his means. Point him out immediately, point him out."

"Is there," said the Gooroo, "such a pōōjei, as rice-beater pōōjei? I have never seen or heard of such a pōōjei; tell me what it is." To this, Asangadan began

* See the word பூசை in the Vocabulary.

to reply, saying, "This sort of pōōjei is certainly a pōōjei which is not to be found among the Oodsameiyams,* or Poorrachchameiyans. Listen attentively.

"There was a merchant† who was a great worshipper of Shivan; and who, from his desire to give food daily to Pandārams,‡ used to invite them to a meal wherever he met them. He had no children, and as for the wife whom he had married,§ it being a great plague to her to dress and serve rice in this manner daily for one or two Pandārams, her husband's way of going on was by no means agreeable to her; nevertheless, as she knew that if she said any thing to her husband on this subject he would not brook it, she hit upon a stratagem. One day,

---

* See the words உட்சமையம் and புறச்சமையம் in the Vocabulary.

† The Brahmans hold, that of the four castes, namely, Brahmans, Warriors, Merchants and Cultivators, only the first and last remain in the present age, or Kaliyoogam. Those, however, who hereditarily follow commerce maintain, as might be expected, a contrary doctrine, and assert themselves to be true வைசியர், or Merchants. There are, according to native authority, three distinct occupations, வசியர்க்குத்தொழில், allotted to this general caste. 1st, கோக்களைக்காத்தல், guarding or keeping cattle. 2nd, மாட்பொருளீட்டல், to exercise commerce. 3rd, ஏர்த்தொழில்செயல், following agricultural labour.

‡ An account of the Pandārams will be found in the Abbé Dubois' Work, page 66.

§ *Literally*, whom he had bought.

the merchant being in the bazar, he called a Pandāram* whom he met and said to him, 'Sir, I mean to distribute alms in my house to-day;' and, as the other accepted the invitation, he added, 'I am busy in the bazar just now; do you yourself go to my house, give notice to my wife, and wait until I arrive.' The Pandāram went away blithely, and delivered the merchant's message to his wife. To this she, perceiving that he was one who had never been there before, replied, 'Very well; please, Sir, to remain here.' So saying, she spread a mat upon the bench of the house. She then immediately proceeded to sweep the court thoroughly, sprinkled it every where with cow dung, purified her feet and hands, and then with much solemnity took in her hands the beater† for pounding rice. She then rubbed it all over with ashes, and

---

* Les riches idolâtres s'estiment heureux et croyent que leur maisons sont remplies des benedictions du ciel, lorsq'ils ont pour hôtes quelques-uns de ces Faquirs, qu'ils honorent d'autant plus qu'ils font plus d'auteritez.

Tavernier. Voyages, 1676, Paris, Partie 2nde, Ch. vi.

† To deprive the rice of its husk, which is a domestic office assigned to the females of the family, a long pestle (உலக்கை), or rather staff, made of ebony or some other heavy wood, and shod with iron, is employed. The rice called, when in the husk, *Paddy* (அரிசி), is collected into a heap upon a hardened floor, or sometimes in a hollow in the ground, and two women usually work together. They stand opposite to one another with the heap between them, and each receives and raises the instrument with the left hand, and then forces it down again violently with the

having smeared herself also, laid the rice-beater in the middle of the court, and prostrating herself three times before it, muttered some incantations. When she had pronounced these, she wiped the rice-beater again, and placed it where it had been before. The Pandāram, who had been watching all this, was greatly astonished, and said, 'I have now witnessed wonders which I never to this day beheld. Pray, Dame, what sort of pōōjei is this?' To this she replied, 'This is a kind of pōōjei peculiar to the deity of our caste.' She added, speaking in a low tone, as if talking to herself, 'You will hereafter understand it well; for, on your going to enter the house,

---

right, giving it a slight inclination forwards, so that it may easily be caught by the left hand of the opposite party. As the rice becomes dispersed, it is pushed back into the centre with their left feet, causing a side movement; whence results a constant though slow revolution around the heap. This work, as indeed every other kind in India, which is performed by more than one person, and admits of adaptation to musical measure, is accompanied by a song.

From a consideration of the above custom, it seems to me not unlikely, that the operation referred to in the following passage of the Proverbs, ch. xxvii. 22, may have been that of clearing grain of the outer husk, and not that of pounding it into flour: "Though thou shouldest bray a fool in a mortar, among wheat with a pestle, yet will not his foolishness depart from him." Which may mean, "Though you should endeavour to separate him from his follies, as you separate wheat from its husk, by pounding, you would not succeed." This explanation seems the more probable, from the frequent allusion throughout the Scriptures to grinding wheat in mills, which were undoubtedly of the same kind as the hand mills used in India. Vide Exod. xi. 5, Judges xvi. 21, Matt. xxiv. 41, Isa. xlvii. 2.

it will be completed* on your head.' Although she thus spoke, yet just as she intended, it caught the Pandāram's ear. 'Have I not providentially escaped with my life,' thought he: so as soon as the merchant-woman had entered into the house, without making a noise, he effected his escape. No sooner was he gone, than the merchant came, 'Where, hussey, is the Pandāram whom I sent?' demanded he. She replied, 'He is a pretty Pandāram—is he not?—whom you have sent this time. As soon as he arrived he asked me to give him the rice-beater; to which I replied, the merchant will be here immediately, I must not give it you without his permission; stay a little. So saying, behold how I spread the mat for him; but he, without listening to me, instantly broke away.' The merchant answered, 'Not so, hussey, whatever Pandārams may ask, you have my consent to give them.' So saying, he took the rice-beater in his hand, and went out in the street to seek the Pandāram and give it him. The Pandāram, in order to see the end of the affair which was about to happen, remained crouched in an alley in the street, and when he spied the merchant coming with his rice-beater, 'See, see, he is coming to close the pōōjei upon my head,' thought he, and so he took to his heels. The merchant too, ran in pursuit of him, crying out, 'Pandāram, Pandāram,' while he encreased his speed

* உன்றலைமேலேமுடியும், *it will be completed on your head.* Τελευτάσεταί τι καινὸν δομόις, *Something new will be completed in your family.* Eurip.

more and more; till, in the end, the merchant unable to run any longer in consequence of being advanced in age, and having a pot belly, returned to his own house. Such is rice-beater poojei, and destruction will no more come upon you, Sir, than will the Brahman's posteriors become heated, if I accomplish it upon his back."

Upon this the Gooroo Noodle laughed, and said, "It is with reason that they call you Asangadan (the mocker), for you are always cracking your jokes." The other perceiving that the Gooroo laughed, left off banter and again took up the discourse. "Sir, the words which the Brahman spoke are according to truth, indeed; but it is necessary to understand the meaning of them rightly. True it is, that if a coldness be perceived in the posteriors, it is a sign of death; but it will be as he asserted, only when the rump grows cold without any extraneous cause. You fell into water and mire: if upon this your posteriors became cold, is it any great wonder? It would in that case be a wonder if they did not grow cold. Now, therefore, abandon this chagrin. For the future, if, without sitting down in mire, or falling into the water, or without any other extraneous cause, you perceive the *Āsanam shītam*, then you may infer that the *jīvana nāsham* is nigh at hand. Except in so far, all else, Sir, is nonsense." What Asangadan said, penetrated into the Gooroo's mind, and it appeared to him like reason; therefore, having brightened up a little, he arose, and began to eat, and to talk, and to go about from place to place.

After but a very few days had in this manner passed, one night, during his sleep, there fell incessantly a heavy shower of rain. In consequence of this, a dripping of water from the roof fell upon the Gooroo's bed, directly close to his posteriors; notwithstanding which, it was unknown to him from his being asleep. After the rain, and with it the dripping, had ceased, the Gooroo having rolled in his sleep, lay slumbering with his rump immediately upon the wet which had fallen. By the coldness thus produced, he suddenly awoke; and perceiving that his rump was exceedingly cold, he became convinced that now there was no extraneous cause whatever to produce the cold, and that the period of his death was arrived.

The disciples, also, without perceiving any external origin for the coldness, supposed that even the coldness of the bed proceeded from the frigidity of the Gooroo's rump, and thought, therefore, that this was the time of the fulfilment of the Prophecy. The people of his caste, also, who came to visit him, as they were possessed of about as much sense as themselves, coincided in all that was said: while the Gooroo uttered no other answer to those who came, but, "Now, without failure, *Āsanam shītam jīvana nāsham.*"

Unable to sustain the encreased depression of spirits, and the diminution of bodily strength, which in this manner he suffered from day to day, he one day fell into a swoon. Upon this they all made lamentation;

and placing their hands upon their heads,* began to weep and to howl, crying out, "Alas! alas! he is deceased, he is dead!" And, after performing the ceremonies appertaining to burial, they proceeded to bathe him.

For this purpose, having filled brimful of water a large trough which was in the Mattam, they tossed the supposed corpse into it, and having pressed him down, a number of them with one accord began to rub and to wash him. When thus washed, he recovered from the swoon; but being unable to draw breath in the water, and incapable of making any signs with his hands and feet, which they squeezed together, the Gooroo Noodle perished, through their stupidity, by the hands of these idiots.

Upon this, a great multitude having assembled, they placed him in a sitting posture in a litter adorned with flowers, and raising him up, they crowded together before, behind, and at the sides. Whilst his disciples came and carried him along, chanting thus, *Āsanam shītam jīvana nāsham*; and, having placed him in the grave, they buried him.

---

* This method of shewing affliction was customary among the Jews: thus, "And Tamar put ashes on her head, and rent her garment of divers colours that was on her, and *laid her hand on her head*, and went on crying." 2 Sam. xiii. 19. See also Jerem. ii. 37.

VOCABULARY.

VOCABULARY.

அ, *interj.* expressive of admiration.

One of the indicative letters (சுட்டெழுத்து), being the contracted form of the demonstrative pronoun, அந்த. Used in composition as *alpha privativa.* Anderson's Grammar, Part 1 of Section 60.

அஆ, *interj.* expressive of admiration.

அஔ, *interj.* expressive of mystery.

அகப்படுகிறது—ப்பட்டேன்—டுவேன், *v. n.* (*compounded of* அகம், the interior, and படுகிறது, to undergo), to be laid hold of, to be taken, to be found, to come into possession. A. G. Sect. 107.

அகடு, *sub.* what is interior, the belly.

அகோரம், *sub.* (घोरं) horror, fierceness, fervency, vehemence of the wind—of a fever.

அக்கினி, *sub.* (अग्निः) fire, the god of fire; who is also the guardian of the S.E. quarter.

அங்கலாய்க்கிறது—ய்த்தேன்—ய்ப்பேன், *v. n.* to be straitened, to be in distress, to be afflicted, to shew great sorrow or compassion.

அங்கே, *adv.* there, thither.

அசங்கதம், *sub.* (अ *privative,* and संगतं) falsity, derision, disdain, contempt.

அசங்கதன், *sub.* a mocker, a derider.

அசனம், *sub.* (अशनं) food, nourishment, a meal.

அசாரம், *written better,* ஆசாரம், *sub.* (आचारं) custom, fashion, politeness, urbanity.

அசூயை, *sub.* (असूया) suspicion, envy.

அசேதனம், *sub.* (अ *privative,* and चेतना) irrationality, folly.

அசைகிறது—அசைந்தேன்—அசைவேன், *v. n.* to shake, to move, to stir; *Lat.* labare.

அசைக்கிறது—அசைத்தேன்—அசைப்பேன், *v. a.* to shake, to move, to jog; *Lat.* labefacere.

அஸ்த்தமானம், *sub.* (अस्तः) the setting of the heavenly bodies, especially the sun: the evening.

அஸ்த்தமிக்கிறது—மித்தேன்—மிப்பேன், *v. n.* *the sun* to set.

அஞ்சு, *written better,* ஐந்து, *adj.* five; *marked thus,* ரு.

அஞ்சுகிறது—சினேன்—சுவேன், *v. n.* and *a.* to fear, *governs a dative:* as, கோவிற்பூனை தேவர்க்கஞ்சாது, "The church cat fears not the gods." A Proverb: corresponding with, "Familiarity breeds contempt."

அஞ்ஞாயம், *sub.* (अ *privative,* and न्यायं) injustice, imposition, wrong, impropriety.

அடக்குகிறது—க்கினேன்—க்குவேன், *v. a.* to cover up, to bury, to include, to conceal, to restrain.

அடா, *interj.* of address to inferiors; more especially in expression of anger or contempt, fellow! sirrah!

அடி, *sub.* a stroke, a blow; ஐந்தடி, five blows. A foot; *synonymous with* கால்: *thus,* அடிபணி கிறது, to prostrate one's self at the feet, to worship any one. A footstep;—with எடுக்கிறது, to watch footsteps;—with பிடிக்கிறது, to detect footsteps: *thus,* வந்தகள்ளனடியே டுக்கப்போ, go and watch the footsteps of the robber who is come: *the person returning says,* அடியைப்பிடித்தேன், I found out or traced his footsteps. A shoe: *as,* மிதியடி, a sandal; the sole of a shoe: *as,* இந்தச்செருப் புக்கெத்தனையடிபோட்டிருக்குது, how many soles, or rather layers of sole, are there in these sandals? A foot measure: *thus,* மத்தியானத் துக்கெத்தனையடி, how many feet (as measuring the length of a man's shadow, a common mode of ascertaining time in India) does it want of noon? A pace: *thus,* அப்பாலேநாலடி போகுமுன்னேயகப்பட்டான், he was taken before he had gone four paces hence: *thus also,* அடிக்கடி, frequently, *passim.* The foot of a tree, the trunk: *thus,* எனக்குமரத்தடி போதும், the trunk of the tree is sufficient for me;—the foot of a mountain: *thus,* மலையடிப் பட்டி, a town at the foot of a mountain: அடி வாரம், *also signifies* the foot of a mountain. *Synonymous with* கீழ், under: *thus,* மரத்தடியில்

லிருந்தேன், I was under the tree. *Synonymous with* கிட்ட, near: *thus,* என்வீடு கோவிலடியிருக்குது, my house is near the temple; *hence* அடிச்சேரி, a suburb, *i. e.* a village near a city. *Synonymous with* ஆதி, the beginning: *thus,* அடியிலேகதையைத்துவக்கு, commence the story at the beginning; *hence* அடிக்கடை, *signifies* the first shop in a market. A foundation: *thus,* அடியோடேவீடுவிழுந்தது, the house hath fallen from its foundation. The floor of a room: *thus,* அடியிலேமண்டிக்கிடக்கும், there will be dirt on the floor;—*sometimes* the dirt itself: *thus,* அடிகிடக்கட்டும், suffer the dirt to remain. The base of a vase: *thus,* பாத்திரத்துக்கடியொவ்வாது, the base does not suit the vase. A base thing: *thus,* அடிச்சரக்கு, base goods. A line of a stanza: *thus,* இந்தப்பாட்டுக்கெத்தனையடியுண்டு, how many lines are there in this stanza? An interjection of familiar address to females; used especially by a husband to his wife, by a father to his daughter, by a son to his mother, and by women to each other; considered indecorous, however, as coming from an indifferent person.

அடிக்கிறது—அடித்தேன்—அடிப்பேன், *v. a.* to strike; *used metaphorically with* மழை, rain, to rain;—*with* காற்று, wind, to blow;—*with* சாட்சி, evidence, to cite a witness. To slay (not with a sword but) with a club: *thus,* ஆட்டையடித்தான், he slew the goat. *In this sense the compound verb* வடித்துப்போகிறது *is often used.* வடித்துக்கொள்ளுகிறது, to beat one's self; *also* to wrangle with another; *in which latter sense it governs an ablative in* ஒடு: *thus,* என்னோடேய டித்துக்கொள்ளாதே, do not wrangle with me. வடித்துவிழுகிறது, to cast one's self on the ground through excess of grief.

வடிப்படுகிறது—பட்டேன்—டுவேன், *v. p.* to be beaten.

வடுத்தாப்போலே, *used adverbially: comp. of* வடுத்தால், *conjunct. form from* வடுக்கிறது, to be near, and போலே, *q. v.* near, as if touching. A. G. Part 2 of Sect. 100.

வடுப்பு, *sub.* an oblong hole in the ground to contain a fire for culinary purposes, a stove, an oven, a forge.

வறைகிறது—றைந்தேன்—றைவேன், *v. a.* and *n.* to obtain, to get; to resort to; to be enclosed.

வறைக்கிறது—றைத்தேன்—றைப்பேன், *v. a.* to close, to stop up, to shut in, to lock up.

வறைக்காக்கிறது—காத்தேன்—காப்பேன், *v. a.* to sit on (eggs), to hatch.

வறையாளம், *sub.* a mark, a sign; *metaph.* a proof.

வணுகிறது—கினேன்—குவேன், *v. n.* to draw near, to approach.

வஉணக்கிறது—உணத்தேன்—உணப்பேன், *v. a.* to unite, to embrace; to quench, to extinguish.

வண்டுகிறது—டினேன்—டுவேன், *v. n.* to approach.

வண்றை, *sub.* vicinity, proximity; *adj.* near.

அதட்டுகிறது—டினேன்—ட்டுவேன், *v. a.* to reprimand, to rebuke, to hoot at.

அதிகம், *adj.* (अधिकं) more, larger, very large; *used adverbially*, more. A. G. Part 5 of Sect. 151.

அதிகமதிகமாக, *adv.* more and more.

அதிகாரன், *sub.* (अधिकारः) one in office, in authority or power.

அதிகாரம், *sub.* (derived as the preceding) an office or duty.

அதிகாலம், *sub.* (अति and कालः) the early morning; *used adverbially with the emphatic affix* ஏ, *signifies*, betimes, in the early morning.

அதிசேயம், *sub.* (अतिशयः) a wonder, a miracle, admiration.

அதிருகிறது—ர்ந்தேன்—ருவேன், *v. n.* to tremble, to quake, to start up.

அதிர்த்தி, *written vulgarly*, அதிர்ச்சி, *sub.* (अधृति) a tremor, a quivering, a shock or concussion.

அதில், *local ablative of the pronoun* அது, *sometimes signifies*, in the mean time.

அது, *rem. demons. pron. n.* it, that thing. A. G. Part 1 of Sect. 59.

அத்தம், *sub.* (अर्द्ध) the middle, the half.

அத்தராத்திரி, *sub.* (अर्द्धरात्रः) midnight.

அத்தனை, *adj.* so many; *Lat.* tot, quot, tantum, quantum; *sometimes it has the force of* adeo: *as*, நீயத்தனைமடையனோ, adeone stupidus es?

அத்தாட்சி, *sub.* (अध्यक्षः) evidence, proof by example.

அபகீர்த்தி, *sub.* (अपकीर्त्तिः, *from* अप and कीर्त्तिः) disgrace, infamy.

அபத்தம், *sub.* (अबद्ध, *from* अ *neg.* and बद्ध) vanity, falsehood; *adj.* vain, false.

அஞப்பயம், *spelt also,* அபயம், அஞபெயம் and அபெயம், *sub.* a shout, a cry—usually of supplication for mercy or protection.

அப்பபா or அப்பப, *interj.* of admiration, of affliction.

அப்பா or அப்ப, *vocative case of* அப்பன், *used as an interj.* of admiration; also as an expression of good will in addressing one of inferior rank, but advanced age.

அப்பன், *sub.* a father.

அப்பால், *properly a sub. comp.* of அ *for* அந்த, that, *and* பால், a part; *generally used with the emphatic affix* ஏ, *as an adv. signifying*, apart, beyond, further, furthermore. A. G. Parts 1 and 2 of Sect. 154.

அப்புறம், *properly a sub. comp. of* அ *for* அந்த, that, *and* புறம், a part; *generally used as an adv. signifying*, on the further side, then, further, moreover. This word is perhaps derived from the *Sanscrit* अपर, opposite. A. G. Sect. 154.

அமத்துகிறது, *more correctly,* அமர்த்துகிறது—ர்த்தினேன்—ர்த்துவேன், *v. a.* to appease, to allay, to assuage; to prepare; to seat; to find.

அமருகிறது—ர்ந்தேன்—ருவேன், *v. n.* to settle, to subside, to grow still or quiet, to be suppressed; to agree; *Lat.* convenire; to be found or obtained.

அமுக்கிறது, *sync. for* அமுக்குகிறது—க்கினேன்—க்குவேன், *v. a.* to press down, to squeeze, to crush, to crowd together, to immerse; *metaph.* to oppress.

அமுழுந்துகிறது, *more correctly,* அமிழ்ந்துகிறது—தினேன்—துவேன், *v. n.* to sink, to go to the bottom, to be drowned.

அம்மமா, *written also,* அம்மம்மா, *interj.* of admiration.

அம்மாள், *sub.* a mother; *also* a honorific affix to proper names of women, *as* மரியம்மாள்; used in the vocative as a respectful title of address to any matron.

அம்மாத்திரம், *sub. comp. of* அ *for* அந்த, and மாத்திரம், quantity; (मात्रा) so much, so much and no more; *Lat.* tantum, quantum: *declined through all cases.* A. G. Parts 1 and 2 of Sect. 151.

அயம், *see* ஆயம்.

அரிவாள், *sub.* a sickle, a large cutting instrument of any kind.

அருகு, *sub.* the edge of any thing, the hem or border of a cloth; vicinage, proximity of dwelling; in the last sense it is used either in the local ablative or in the nominative, with the emphatic affix ஏ.

அரும்பு, *sub.* a bud.

அரை, *sub.* the middle, the waist; *adj.* half.

அலட்டுகிறது—டினேன்—டுவேன், *v. a.* to importune, to entreat earnestly, to tease.

அலறுகிறது—றினேன்—றுவேன், *v. n.* to cry, to weep aloud, to bewail.

அலுவல், *sub.* business, occupation.

அலை, *sub.* a wave, a billow, a ripple.

அலைகிறது—அலைந்தேன்—அலைவேன், *v. n.* to undulate, to fluctuate, to be unsteady or wavering.

அல்லாமல், *negat. vineiyech. from the defect. verb,* அல்ல; beside being, except it be. A. G. Part 3 of Sect. 102.

அல்லோ, *sync. for* அல்லவோ, *the defect. v.* அல்ல, *with the affix* ஓ; is it not so? no? *Lat.* nonne? yes! yes! A. G. Part 4 of Sect. 142 and Note.

அவகாசம், *sub.* (अवकाश) ability, means, possibility, leisure.

அவசரம், *sub.* (अवसरः) necessity, opportunity, haste arising from necessity; a good action; an important service.

அவசியம், *sub.* (अवश्य) infallibility, certainty, absolute necessity; *adj.* true, certain, infallible.

அவதி, *sub.* (अवधिः) a boundary, a term, the fixed period of life; a strait or difficulty; *Lat.* angustia.

அவள், *rem. pron. demons. f.* she, that woman. A. G. Part 1 of Sect. 59.

அவன், *rem. pron. demons. m.* he, that man. A. G. Part 1 of Sect. 59.

அவனவன், *a reduplication of the pron.* அவன்; each one, every one; *Lat.* unusquisque.

அவிழுகிறது—ழ்ந்தேன்—ழுவேன், *v. n.* to be loose, to become untied, to be detached.

அவிழ்க்கிறது—ழ்த்தேன்—ழ்ப்பேன், *v. a.* to untie, to loosen.

அவையம், *see* அபையம்.

அழம், *see* ஆழம்.

அழலுகிறது—ழன்றேன்—ழலுவேன், *v. n.* to be hot, to burn, *whether naturally, or metaphorically, as* with anger.

அழற்றுகிறது—ற்றினேன்—ற்றுவேன், *v. a.* to set fire to, to burn.

அழுகிறது—ழுதேன்—ழுவேன், *v. n.* to weep.

அழுக்கு, *sub.* dirt, filth, ordure, moral impurity.

அழுந்துகிறது—தினேன்—துவேன், *v. n.* to be wedged in (être enfoncé), to grow fast, firm or compact; *used adverbially in the infinitive, to imply force or firmness: as,* அழுந்தவுரைக்கிறது, to rub forcibly; அழுந்தத்தைக்கிறது, to nail fast.

அழைக்கிறது—ழைத்தேன்—ழைப்பேன், *v. a.* to call.

அழைப்பிக்கிறது—பித்தேன்—பிப்பேன், *v. causal,* to call by means of another person, to cause to call.

அளவு, *sub.* a measure, a definite quantity. A. G. Parts 1 and 3 of Sect. 151.

அறம், *sub.* virtue, charity, a benefaction.

அறிகிறது—றிந்தேன்—றிவேன், *v. n.* to know, to recognize, to understand; to be collected.

அறுகிறது—ற்றேன்—றுவேன், *v. n.* to cease, to be cut off, to be broken.

அறுக்கிறது—றுத்தேன்—றுப்பேன், *v. a.* to cut, to break; to complete (an account); to kill; to reap; to pluck fruit or flowers.

அறுந்துபோகிறது—னேன்—வேன், *v. n.* to be cut off, to break in pieces.

அறுபது, *num.* sixty; *marked thus,* ௬௰.

அறுவர், *deriv. sub.* six persons, male or female.

அறைகிறது—அறைந்தேன்—அறைவேன், *v. a.* to slap (the cheek), to smite, to beat home (a nail).

அர்சனை or அர்சினை, *sub.* (अर्चना) worship, adoration, consecration.

அர்தம், *sub.* (अर्थः) signification (of a word or sentence); midnight; wealth.

அர்புதம், *sub.* (अपुर्वं) a wonder, a miracle, admiration.

அற்றைக்கூலி, *sub. comp. of* அற்றை, *adj. from* அன்று, then, that day, and கூலி, hire; daily hire or wages.

அவிகிறது—அவிந்தேன்—அவிவேன், *v. n.* to go out, to be extinguished.

அனுஷ்டானம், *sub.* (अनुस्थान) ceremonies, sacrifices and pious exercises, *chiefly those of the Brahmans.*

அனுதினம், *adv.* (अनु and दिनं) daily, every day; generally used with the affix உம்.

அனுபவிக்கிறது—வித்தேன்—விப்பேன், *v. a.* (अनुभव) to experience, whether joy or sorrow.

அனுப்புகிறது—பினேன்—புவேன், *v. a.* to send, especially a person.

அனேகம், *sub.* (अनेक) numerousness, abundance; *adj.* many, numerous, long *as applied to time.*

அன்பு, *sub.* affection, love.

அன்றி, *vineiyech. of the def. v.* அல்ல, besides, *syno-*

nymous with அல்லாதே, இதன்றியே. *It governs a nom. or acc. case* (A. G. Part 3 of Sect. 102), *and used in the commencement of a sentence with the emphatic affix* ஏ, *it signifies* moreover.

அன்று, *sub.* that day, on that day, then; அன்றுதொட்டு, from that day forwards.

அன்று, *3rd pers. sing. pres. from the root* அல்; it is not, no; implying particular negation. A. G. Sect. 80.

ஆ ஆ, *interj.* (आ अ) expressive of grief or compassion—of admiration—of consent.

ஆகிறது—ஆனேன்—ஆவேன், *sub. v.* to be, to become; to be of service to; to prosper; to be completed; to become celebrated. A. G. Sect. 104.

ஆகிலும், *conj. mood, from* ஆகிறது, *q. v. with the affix* உம்; although, nevertheless, either, or, at least. A. G. Part 5 of Sect. 104.

ஆகக்கொள்ள, *comp. of the infin.* ஆக *of the verb* ஆகிறது, *and the infin.* கொள்ள *of* கொள்ளுகிறது, *used conjunctively*; because, this being so. A. G. Part 2 of Sect. 98.

ஆக்கிறது—கினேன்—குவேன், *v. a. sync.* for ஆக்குகிறது; to make; to dress victuals (faire *la cuisine*). A. G. Sect. 104.

ஆக்கும், *3rd pers. n. fut. from* ஆக்கிறது, *q. v. used as a particle which, affixed to the last word of a sentence, implies a doubt, as* நாளைக்குவருவானாக்கும், he will perhaps come to-morrow; *but, affixed to a word in the middle of a sentence, implies certainty, as*

இதாக்கும்புண்ணியம், this is certainly virtue. A. G. Part 1 of Sect. 104.

ஆசனம், *sub.* (आसनं) the rump, a seat, a throne, the seat or skin on which devotees sit: as, சிங்காசனம், the seat of lion's skin; வியாக்கிராசனம், the seat of tiger's skin; கிருஷ்ணாசனம், the seat of deer's skin.

ஆசனோஷ்ணம், *comp. sub.* (आसन and उष्ण) heat of the rump.

ஆசாரம், *sub.* (आचारः) urbanity, politeness, good manners, usage.

ஆசீர்வதிக்கிறது—திக்கேன்—திப்பேன், *v. a.* (आशिस्) to bless, to bestow a blessing on.

ஆசை, *sub.* (आशा) eagerness, desire, hope.

ஆச்சா or ஆச்சாமரம், *sub.* a kind of tree resembling ebony: (Diospyros Ebenaster, *Kœnig.*).

ஆச்சரியம், *sub.* (आश्चर्यः) surprise, admiration, a wonder, a miracle.

ஆடு, *sub.* a sheep, a goat; *the latter is usually distinguished as* வெள்ளாடு, or the white sheep, though the propriety of this name is not shewn by the actual want of colour which it implies.

ஆடுகிறது—டினேன்—டுவேன், *v. n.* to dance, to balance one's self, to vacillate, to have play as an elastic pole moved by the wind, to gesticulate; *with such words as signify water*, to bathe.

ஆட்டம், *verbal sub.* dancing, movement in general, the motion of any thing which plays or vibrates; *used adverbially, with the infin.* ஆக, *it signifies* after the manner of: as, வெறியுண்டமாகப் பேசுகிறாய், you talk like a drunken man.

ஆண், *sub.* a male, whether applied to man or other animals.

ஆண்டவன், *deriv. sub. from* ஆளுகிறது, to govern; a ruler; *commonly*, the Lord.

ஆபத்து, *sub.* (आपत्ति:) calamity, affliction, danger.

ஆமணக்கு, *sub.* the castor oil shrub: (Ricinus communis).

ஆம், *sync. for* ஆகும், *3rd pers. n. fut. from* ஆகிறது, *q. v. used as a particle of particular affirmation;* yes, it is, it may be. A. G. Part 3 of Sect. 104.

ஆயக்காரன், *deriv. sub. from* ஆயம், *q. v. and* காரன் (कार:); an agent or doer, a tax or toll-gatherer.

ஆயம், *sub.* (आय:) a toll, a road tax.

ஆயத்தம், *sub.* preparation.

ஆராட்டம் or ஆறாட்டம், *sub.* restlessness, the delirium of a sick person; contention, wrangling.

ஆல் or ஆலமரம், *sub.* the Banian tree: (Ficus Indica).

"Les Francs l' appellent *l' arbre des Banianes*, parce qu' aux lieux ou' il y a de ces arbres, les Idolâ—tres vont se mettre dessous et y faire leur cuisine."

Tavernier. 2de Partie, livre 3me. *Paris*, 1676.

ஆலோசனை, *sub.* (आलोचन) deliberation, counsel, consideration.

ஆவல், *sub.* desire, appetency.

ஆழம், *sub.* depth, profundity.

ஆறாவது, *deriv. sub.* the sixth thing; *also an ordinal adv.* sixthly. A. G. Part 4 of Sect. 137.

ஆறு, *sub.* a river.

ஆறு, *num.* six; *marked thus,* ௬.

ஆறுகிறது—ஆறினேன்—ஆறுவேன், *v. n.* to grow soft, to be mollified, to console one's self, to take comfort.

ஆறுதல், *verbal sub. from* ஆறுகிறது, *q. v.* consolaton, recovery from fatigue; *Lat.* refrigerium.

இங்கே, *adv.* here, hither.

இடம், *sub.* a place, a house, accommodation; *used with the infin.* ஆக, *or vineiyech.* ஆய், *signifies,* instead of. A. G. Part 4 of Sect. 97.

இடுகிறது—இட்டேன்—இடுவேன், *v. a.* to afford or give, to do or act, to furnish, to apply; to fetch (a sigh). A. G. Part 2 of Sect. 109.

இடை, *sub.* the waist or middle.

இதாவது, *pron.* this thing. A. G. Part 5 of Sect. 117.

இது, *n. prox. demons. pron.* this (thing). A. G. Part 1 of Sect. 59.

இதோ, *comp. of* இது, *q. v. and the particle* ஓ, (A. G. Part 1 of Sect. 142) *interj.* behold! *interrog.* is it this?

இத்தனை, *adj. comp. of* இ *for* இந்த *and* தனை, a measure; so much, thus much, this quantity.

இத்தன்மை, *sub. comp. of* இ *for* இந்த, *and* தன்மை, manner; so, thus, in this manner; *generally used adverbially, with the infin.* ஆக, *or the emphatic affix,* ஏ.

இந்த, *prox. pron. adj.* this. A. G. Sect. 60.

இப்படி, *sub. comp. of* இ *for* இந்த, *and* படி, a measure; so, in this manner; used as an *adv.* A. G. Part 4 of Sect. 153.

இப்படிக்கொத்த, *used adjectively, comp. of* இப்படிக்கு, *and* ஒத்த *from the defect. v.* ஒக்கும், it is equal; like this, such like; *Lat.* hujusmodi. A. G. Sect. 77.

இப்படிப்பட்ட, *used adjectively, comp. of* இப்படி, *q. v. and* பட்ட *from* படுகிறது, to undergo; such. A. G. Sect. 107.

இப்பொழுது, *sub. used adverbially, comp. of* இ *for* இந்த, *and* பொழுது, time; now, the present time. A. G. Part 2 of Sect. 152.

இப்போ, *adv. comp. of* இ *for* இந்த, *and* போ *put by apocope for* பொழுது, *q. v.* now, at present. A. G. Part 2 of Sect. 152.

இப்போது, *sub. used adverbially, comp. of* இ *for* இந்த, *and* போது *for* பொழுது; now; used also in the *dative,* இப்போதைக்கு, with the same force. A. G. Part 2 of Sect. 152.

இரங்கிறது—கினேன்—குவேன், *v. n. used with such words as signify the mind,* to be moved with pity, to feel compassion, to be tender-hearted.

இரண்டு *num.* two: *marked thus,* ௨

இரத்தம், *sub.* (रक्त) blood.

இரவு, *sub.* the night.

இராத்திரி, *sub.* (रात्रिः) night.

இராமாறு or ராமாறு, *adv. comp. of* ரா, night, *and* மாறு, *implying succession of time, being the root of* மாறுகிறது, to be changed; during the night, every night, all night. *The root* மாறு, *is also added to* பகல், the day, காலம், the morning, *and* உநதி, the afternoon, *with the sense of* every: as, காலமாறு, every morning.

இரு, *adj.* two; used only in composition.

இருக்கிறது—ருந்தேன்—ருப்பேன், *sub. v.* to be, to exist, to be alive; to remain; to be seated: it is the auxiliary verb used in forming compound tenses. A. G. Sect. 89.

இருப்பிடம், *sub. comp. of* இருப்பு, *verbal sub.* state, *and* இடம், a place; the place of dwelling; a basis, a seat, the breech.

இருப்பு, *adj. from* இரும்பு, iron; made of iron.

இருளுகிறது—ருண்டேன்—ருளுவேன், *v. n.* to be dark.

இரை, *sub.* food, prey, bait to catch animals or fish.

இரைக்கிறது—ரைத்தேன்—ரைப்பேன், *v. n.* to make a roaring, rumbling or murmuring noise; to breathe with difficulty, to wheeze.

இலவசம் or இலவிசம், *sub. used adverbially with* ஆக or ஆய்; gratis.

இலை, *sub.* a leaf.

இல்லாவிட்டால், *conj. form, used adverbially*, otherwise. A. G. Part 4 of Sect. 102.

இல்லை, *v. defect.* it is not. A. G. Sect. 80 and 102.

இவன், *prox. demons. pron. m.* he, this man. A. G. Part 1 of Sect. 59.

இழுக்கிறது—இழுத்தேன்—இழுப்பேன், *v. a.* to draw, to drag, to bring by force.

இளப்பாறுகிறது or இளைப்பாறுகிறது—றினேன்—றுவேன், *v. n. comp. of* இளைப்பு, fatigue, *and* ஆறுகிறது, *q. v.* to repose, to rest after fatigue, to be refreshed.

இளைக்கிறது—இளைத்தேன்—இளைப்பேன், *v. n. often used comp. with* போகிறது; to grow thin; to be wearied.

இளைப்பு, *sub.* fatigue, weariness, faintness.

இறக்கிறது—றக்கினேன்—றக்குவேன், *v. a. sync. for* இறக்குகிறது; to cause to descend, to lift off, to lay down, to unload, to disembark.

இறங்கிறது—றங்கினேன்—றங்குவேன், *v. n.* to descend, to alight, to disembark, to take up quarters; to drip down.

இறுக்குவார், *sub. comp. of* இறுக்கும், what may be tied tight, *and* வார், a thong; a girth.

இனி, *adv.* hereafter, for the future, henceforward.

இனிலோகம், *sub. comp. of* இனி, *q. v. and* லோகம், the world; the future world.

இனிப்பு, *sub.* sweetness.

இன்பம், *sub.* pleasure, delight; more especially of a sensual kind.

இன்றி, *vineiyech. from the defect. v.* இல்லை; without. A. G. Part 3 of Sect. 102.

இன்று, *sub.* this day, on this day, now.

இன்னம், *adv.* yet, still, more; *Fr.* encore.

இன்னான், *deriv. sub. from the pron. adj.* இன்ன; such an one; *Lat.* talis.

ஈர்ந்திருக்கிறது, *v. n. the vineiyech. from* ஈருகிறது, *with the auxiliary v.* to be moist; *Lat.* madeo.

ஈரம், *sub.* moisture, humidity.

ஈனம், *sub.* diminution, defect, lack; ignominy, vileness; objection.

உச்சரிக்கிறது—ரித்தேன்—ரிப்பேன், *v. a.* (उच्चार) to utter, to pronounce, to say.

உச்சி, *sub.* (उच्च) the summit of any thing, the zenith.

உச்சிமத்தியானம், *sub.* (उच्च and मध्याह्नः) high noon.

உடம்பு, *sub.* the body; *sometimes* the trunk only.

உடல், *sub.* the body of a man; the external body, *as opposed to* குடல், the entrails.

உடன், *sub. generally used adverbially with the emphatic affix* ஏ; immediately, quickly. For the use of this word as an *affix, see* A. G. Part 2 of Sect. 149.

உடுப்பு, *sub.* clothes, clothing.

உடைகிறது—உடைந்தேன்—உடைவேன், *v. n.* to break, crack or fall to pieces; to be ruptured.

உட்சமயம், *sub. comp. of* உள், within, *and* சமயம், a sect; (समयः) a certain sect.

"Secte interieure, c'est a dire qui place dans le corps humain les lettres misterieuses ந, ம, சி, வ, ய. Ces sectes sont *six*: வாமம் ou வாம்மம், சை

வம், பாசுவதம், மகாவசாதகம், கலாகா ருகம் ou காலாருகம் ou காலாகாருகம் et வயாசவம்.

உண்டு, *v. defect and impers.* there is, it is; it is true; *Lat. est* pro habeo. A. G. Sect. 81, and Part 3 of Sect 104.

உண்டுபண்ணுகிறது, *v. a. comp. of* உண்டு, *q. v. and* பண்ணுகிறது, to make; to create; to feign.

உதவுகிறது—தவினேன்—தவுவேன், *v. a.* to assist, be serviceable to; *in a neut. sense*, to be useful.

உதைக்கிறது—தைத்தேன்—தைப்பேன், *v. a. from* உதை, the heel; to kick, to recoil.

உதயம், *sub.* (उदय:) the rising of any heavenly body, especially the sun.

உத்தமம், *sub.* (उत्तमं) the best thing, the most excellent thing, perfect goodness: *used adjectively*, high, excellent, true, genuine, upright, perfect.

உத்தரம் or உத்தாரம், *sub.* (उत्तरं) an answer; permission, leave.

உத்தியோகம் *sub.* (उद्योग:) an office, employ, situation.

உத்துப்பார்க்கிறது, *or more properly*, உற்றுப் பார்க்கிறது—ர்த்தேன்—ர்ப்பேன், *v. a. comp. of the vineiyech.* உற்று; *which seems to imply*, perfection or completeness, *when added to certain verbs, and* பார்க்கிறது, to see; to stare at, to regard stedfastly.

உபகாரம், *sub.* (उपकार:) civility, favour, benefit

உபாயம், *sub.* (उपाय:) a stratagem, an artifice, an expedient, a means of success against an enemy.

உப்பு, *sub.* salt.

உமி, *sub.* the husk of rice or other grain, coarse bran.

உம், *oblique case plur. of the prim. pron.* நீயு, your; frequently used honorifically for the singular. A. G. Part 1 of Sect. 57. For the use of உம் as an *inseparable affix, see* A. G. Sect. 140.

உயரம், *written also,* உயர்வு and உசரம், *sub.* height, elevation.

உயிர், *sub.* life, the soul; a vowel.

உருட்டுகிறது or உறுட்டுகிறது—டினேன்—டுவேன், to roll, to trundle; *Lat.* volvere.

உருளுகிறது—ருண்டேன்—ருளுவேன், *v. n.* to roll, to have a revolving motion.

உரைக்கிறது—ரைத்தேன்—ரைப்பேன், *v. a.* to chafe, to bray, to rub to powder; *Lat.* terere.

உலக்கை, *sub.* a rice-beater or stamper: being a long staff made of heavy wood and shod with metal.

உள்ளாகிறது—ளானேன்—ளாவேன், *v. a. comp. of* உள், within, and ஆகிறது, to become; to be subject to, to be amenable to; to be admitted to;: to intermeddle with.

உளுக்காருகிறது—கார்ந்தேன்—காருவேன் *v. n.* to sit down.

உள்ள, *past part. from the def. v.* உண்டு; which hath. For its use as an *attributive adjunct; see* A. G. Sect. 55.

உள்ளுடை, *sub.* drawers, under trowsers.

உள்ளு *sub.* an inward part; *used with the emphatic*

affix ள, *as a post position, it signifies* within ; *used adjectively, signifies* inner. A. G. Sect. 148.

உறவு, *sub.* friendship, affinity, relationship, consanguinity.

உனக்கு, *dat. case of* நீ; to thee. A. G. Sect. 57, and 61.

உன், *oblique form of* நீ; thy. A. G. Sect. 57, and 61.

ஊதியம் or ஊதிபம் or ஊதிகம், *sub.* profit, gain.

ஊரான், *deriv. from* ஊர், a town; a villager, a townsman, a countryman.

ஊர், *sub.* a town, a village, a district.

ஊழியம், *sub.* office, function, work, service, menial employment.

ஊற்று, *sub.* a source, a spring.

ஊன்றுகிறது—ஊன்றினேன்—ஊன்றுவேன், *v. n.* to lean upon a stick for support; *v. a.* to dig holes in the earth for setting plants or sowing seeds.

எங்கும், *adv. comp. of* எங்கு, where, *and the affix* உம்; every where.

எச்சரிக்கை, *sub.* care, caution, circumspection; used in exclamation by way of warning.

எடுக்கிறது—எடுத்தேன்—எடுப்பேன், *v. a.* to take, to carry or bear, to bring forward, to raise; to assume.

எண்ணுகிறது—எண்ணினேன்—எண்ணுவேன், *v. n.* to reckon, to estimate, to esteem, to think, to imagine; to honour, to respect.

எண்ணிக்கை, *sub.* number, estimation; honour. This word resembles the Latin word *ratio*, in its twofold meaning of *number* and *respect*.

எதிர்க்கிறது—ர்த்தேன்—ர்ப்பேன், *v. a.* to oppose, to resist, to advance against.

எது, *interrog. pron.* what thing? A. G. Part 1 of Sect. 59.

எத்தனை, *adj. comp. of* எ *for* எந்த, *and* தனை, a measure; how many, how much; *Fr.* combien.

எப்படியாகிலும், *adv. comp. of* எப்படி, how, *and* ஆகிலும், although; however, by any means whatsoever; *Lat.* quocumque modo.

எப்போதும், *adv. comp. of* எப்போது, when, *and* உம்; always. A. G. Part 4 of Sect. 140.

எரிகரும்பு, *sub. comp. of* எரி *for* எரியும், burning, *and* கரும்பு, cane; firewood.

எரிகிறது—ரிந்தேன்—ரிவேன், *v. n.* to burn.

எரிக்கிறது—ரித்தேன்—ரிப்பேன், *v. a.* to burn.

எரிகோபம், *sub. comp. of* எரி *for* எரியும், burning, *and* கோபம், wrath, (कोप:); a great passion, a fiery rage.

எல்லாம், *sub.* and *adj.* all. A. G. Note to Page 29.

எல்லாரும், *sub. comp. of* எல்லார், all, *and* உம்; all, *masc. Lat.* omnes. A. G. Note to Page 29.

எவன், *interrog. pron.* who? A. G. Part 1 of Sect. 59.

எவ்வளவு, *adv. comp. of* எ *for* எந்த, *and* அளவு, a measure; how much? *Fr.* combien. A. G. Part 3 of Sect. 151.

எழுகிறது—ழுந்தேன்—ழுவேன், *v. n.* to rise, to get up.

எழுபது, *adj.* seventy; *marked thus,* ௭௰.

எளிது, *adj.* docile, facile, easy.

எறிகிறது—றிந்தேன்—றிவேன், *v. a.* to throw at, to pelt.

எறிக்கிறது—றித்தேன்—றிப்பேன், *v. n.* to burn, to shine with heat.

என்கிறது—என்றேன்—என்பேன், *v. n.* to say, to be named, to be called. A. G. Sect. 103.

என்றதைப்பற்றி, *comp. of the verbal* என்றது, *and* பற்றி, *vineiyech. from* பற்றுகிறது; *literally,* having considered what is said, in consideration of which.

என்றிருக்கிறது, *v. n. comp. of* என்று, *q. v. and* இருக்கிறது, *q. v.* to think, to be thinking of; to be about to do; to be for or on the part of.

என்று, *vineiyech. from* என்கிறது; having said; *frequently used as a conjunction,* that. A. G. Part 1 of Sect. 103.

என்ன, *pron. adj. also used adverbially,* what? it admits of declension. A. G. Part 1 of Sect. 60, and Part 2 of Sect 62.

ஏது, *sub.* (हेतुः) a cause, an origin.

ஏது, *adv.* what! why!

ஏத்துகிறது, *see* ஏற்றுகிறது.

ஏந்துகிறது—ந்தினேன்—ந்துவேன், *v. a.* to lift up in the arms, to carry in the hands.

ஏய்க்கிறது—ய்த்தேன்—ய்ப்பேன், to cheat, to deceive, to impose upon.

ஏரி, *sub.* a large artificial lake for irrigation.

ஏவுகிறது—வினேன்—வுவேன், *v. a.* to order; to spur on, to incite.

ஏழை, *adj.* poor, not rich.

ஏறுகிறது—றினேன்—றுவேன், *v. n.* to ascend, to mount up, to exceed, to erect one's self.

ஏற்கனவே, *adv.* antecedently.

ஏற்றுகிறது—றினேன்—றுவேன், *v. a.* to sum up, to multiply; to lift or hoist up, to cause to mount.

ஐந்து, *num.* five; *marked thus,* ரு.

ஐம்பது, *num.* fifty; *marked thus,* ருய.

ஐயன், *sub. spelt also,* அய்யன், a father, a Brahman, a venerable old man. Used frequently in the *voc.* in addressing a superior.

ஐயனர், *sub.* a certain Hindoo deity; *called also* அரிகரன்.

ஐயையோ, *interj.* of compassion or of grief, alas!

ஐவர், *deriv. sub.* five persons.

ஒக்கிறது—த்தேன்—ப்பேன், *v. n.* to be like, to agree with, to be conformable with.

ஒட்டுகிறது—டினேன்—டுவேன், to stick together, to unite.

ஒண்ணுகிறது, *more correctly,* ஒன்றுகிறது, *v. n.* to be fitting, to agree, to be in union; *Lat.* convenio.

ஒண்ணாது, *more correctly,* ஒன்றாது, *neg. v. 3rd pers. n. from* ஒன்றுகிறது; it is not suitable; it is not permitted, it must not be.

ஒதுங்குகிறது—துங்கினேன்—துங்குவேன், *v. n.* to retire, to crouch for concealment, to hide one's self; *Lat.* ad secessum ire.

ஒத்த, *past part. from def. v.* ஒக்கும், equal to, like, suitable, having relation to. A. G. Sect. 77.

ஒத்துக்கொள்ளுகிறது, *v. n.* to consent, to agree; to allow or grant; to engage; to relate to; *Fr.* avoir du rapport. A. G. Sect. 77.

ஒப்பரவு, *sub.* union, concord; evenness.

ஒரு, *num.* one; *marked thus,* க.

ஒருபாட்டமாய், *adv. from* ஒரு, one, பாட்டம், a shower (ondée de pluie), *and* ஆய் *from* ஆகிறது, in a shower.

ஒருமிக்க, *infin. from* ஒருமிக்கிறது; *used adverbially,* together, at once. A. G. Part 4 of Sect. 100.

ஒவ்வொன்று, *pron. sub. from* ஒன்று, repeated, *as* एकैकं *in Sans.* each, one by one.

ஒழிகிறது—ழிந்தேன்—ழிவேன், *v. n.* to cease, to pass away as time; to be excepted; to die.

ஒழிய, *infin. from* ஒழிகிறது; *used as a conjunction,* except, unless. A. G. Part 3 of Sect. 100.

ஒழுக்கு, *sub.* a leak in the roof of a house, a dripping of water.

ஒழுங்கு, *sub.* order, regularity.

ஒழுங்குபட, *comp. of* ஒழுங்கு, *and* பட, *infin. of* படுகிறது, to undergo; *used adverbially,* in or according to order, regularly.

ஒளிக்கிறது—ளித்தேன்—ளிப்பேன், *v. a.* to hide, to conceal.

ஒற்றை, *adj.* single; generally implies one of a pair, where the other is wanting: as, ஒற்றைக்காது, a single ear.

ஒன்று, *sub.* one.

ஓ, *interj.* (ओ) of compassion.

ஓ ஓ, *interj.* of admiration.

ஓங்கிறது—கினேன்—குவேன், *v. a.* to raise over the head, to brandish.

ஓடுகிறது—டினேன்—டுவேன், *v. n.* to run, to sail.

ஓட்டம், *sub.* a race, a flight.

ஓட்டுகிறது—டினேன்—டுவேன், *v. a.* to make to run, to conduct, to drive, to chace.

ஓரம், *sub.* a border, a bank, a strand, a margin, an edge.

ஓர், *num.* one. A. G. Part 1 of Sect. 134.

ஓலை, *sub.* a Cadjan leaf; a leaf of the Palm kind, on which the Tamuls write; a letter or epistle written on such a leaf.

கசப்பு, *sub.* bitterness.

கஷ்டம், *sub.* excrement.

கடக்கிறது—டந்தேன்—டப்பேன், *v. a.* to pass (a river), to go over (a mountain), to go through (a town).

கடசீ, *see* கஞட.

கடவேன், *def. v.* that I may. A. G. Sect. 83 and 90.

கடன், *sub.* a debt.

கடிக்கிறது—டித்தேன்—டிப்பேன், *v. a.* to bite.

கடிது, *sub.* that which is hard, cruel.

கடிவாளம், *written also,* கடுவாளம், *sub.* a bridle.

கடுக, *infin. from* கடுகிறது, *used adverbially*, quickly.

கடுகிறது—டுகினேன்—டுவேன், *v. n.* to hasten.

கடை, *sub.* a shop; *in a collective sense*, a market, a bazar.

கடை, *sub.* an end, a termination, a limit; *used adjectively*, the last.

கடைசி, *see* கடை.

கட்டிக்கொள்ளுகிறது—கொண்டேன்—ள்ளுவேன், *v. a.* to embrace.

கட்டிச்சாதம், *sub. comp. of* கட்டி *for* கட்டின, tied, *and* சாதம் (*contracted from* प्रसादनं), boiled rice; a bundle or cloth full of boiled rice, the usual viaticum on an Indian journey.

கட்டியம், *sub.* (कथन?) the act of proclaiming the titles and sounding the praises of a Prince or other great personage.

கட்டியங்கூறுகிறது—றினேன்—றுவேன், *v. a.* to proclaim the titles and sound the praises of a Prince or other great personage.

கட்டிவைக்கிறது—வைத்தேன்—வைப்பேன், *causal v.* to cause to bind; to cause to build.

கட்டுகிறது—டினேன்—டுவேன், *v. a.* to tie, to bind; to build; *metaph.* to marry.

கட்டை, *sub.* a stump, a billet.

கணக்கு, *sub.* (गण) an account, a computation.

கண், *sub.* the eye.

கண்டம், *sub.* (खण्डं) a piece or morsel of fish or flesh.

கண்டுபிடிக்கிறது, *v. a. comp. of* கண்டு, *vineiyech.*

from காண்கிறது, *q. v. and* பிடிக்கிறது, to seize, *q. v.* to find or perceive, to comprehend, to understand.

கதை, *sub.* (कथा) a story, a tale, a fable.

கபடு, *sub.* (कपट:) deceit, dissimulation.

கயிறு, *sub.* a rope, a cord; a fishing line.

கருக்கருவாள், *sub. comp. of* கருக்கு, the teeth of a sickle, *and* அருவாள், a sickle; a serrated sickle.

கருதுகிறது—தினேன்—துவேன், *v. n.* to imagine, to think; to estimate.

கருமம், *sub.* (क्रम) a business, a deed, an affair, an action, a work.

கருமை, *sub.* blackness; *used adjectively* கரும், black.

கரும்பு, *sub.* sugar cane; *see* எரிகரும்பு.

கரை, *sub.* a border, a bank, the shore.

கலப்பு, *sub.* mixture; *used adjectively*, mixed, adulterated.

கல்லறை, *sub. comp. of* கல்லு, a stone, a rock, *and* அறை, a chamber; an excavation in a rock used for sepulture, a grave, a sepulchre.

கல்லு, *sub.* a stone.

கவலை, *sub.* sorrow, care, embarrassment.

கவ்வுகிறது—வினேன்—வுவேன், *v. a.* to seize with the teeth, to snap at.

கழுவுகிறது or கழூவுகிறது—வினேன்—வுவேன், *v. a.* to wash; to polish (gems).

கழிகிறது—ழிந்தேன்—ழிவேன், *v. n.* to pass (time); to glide away; to pass loosely by the bowels.

கழிக்கிறது—ழித்தேன்—ழிப்பேன், *v. a.* to make to pass away, to turn out, to remove, to abolish.

கழுதை, *sub.* an ass.

கழுவுகிறது, *see* கழுவுகிறது.

களிகூருகிறது—கூரினேன்—கூருவேன், *v. n. comp. of* களி, joy, *and* கூருகிறது, *which, though used only in composition, is probably from the root* கூர், a point, *and may signify* to be pricked or touched; to rejoice, to be much amused.

கள்ளன், *sub.* a robber, a rogue, whether by caste or profession.

கறடு, *sub.* a rocky steep, a knob, a clod.

கறவை, *sub.* a milch cow, baffalo or goat.

கறவைப்பசு, *sub. comp. of* கறவை, an animal giving milk, *and* பசு, *q. v.* a milch cow.

கறி, *sub.* any seasoned meat or sauce which is eaten as an accompaniment to boiled rice, a dish or mess; *Lat.* ferculum.

கறுப்பு, *sub.* the colour black; *used adjectively*, black.

கற்பிக்கிறது or கல்ப்பிக்கிறது—பித்தேன்—பிப்பேன், *v. a.* (*probably derived from* कल्प) to order, to teach, to give instructions.

கனம், *sub.* (घनं) weight; *metaph.* honour, consideration: *as*, கனமுள்ளவன், a man of weight or consequence; *used adjectively*, heavy.

கனி, *sub.* a ripe fruit.

காகூ, *interj.* expressive of distress or lamentation.

காக்கிறது, *written also* கார்க்கிறது—ர்த்தேன்—ர்ப்பேன், *v. a.* to watch, to guard, to keep, to preserve.

காசு, *sub.* (कार्षापण) a nominal money, the 80th part of a fanam (*see* பணம்). Also used for money in general. The English word *cash* remarkably resembles this word, both in sound and meaning.

காச்சுகிறது—சினேன்—சுவேன், *v. a.* to make hot, to boil.

காடு, *sub.* a jungle, a forest, a heath, a common or waste.

காட்டுகிறது—டினேன்—டுவேன், *v. a.* to shew, to point out.

காணிக்கை, *sub.* an oblation, an offering, a present.

காண்கிறது—கண்டேன்—காண்பேன், *v. a.* to see, to find.

காண்பிக்கிறது—பித்தேன்—பிப்பேன், *causal v.* to cause to see, *i. e.* to shew, to point out.

காதம், *sub.* a measure of distance, varying in different parts, but equal to ten English miles in most of the Tamul countries.

காது, *sub.* the ear; the eye of a needle, a button hole.

காய், *sub.* an unripe fruit, *as opposed to* பழம் *or* கனி, a ripe fruit. In composition, however, this word is used with some ripe fruits; as cucumbers, cocoa nuts, &c.

காய்கிறது—ய்ந்தேன்—ய்வேன், *v. n.* to burn, to scorch, to be hot, as the body with a fever.

காய்க்கிறது—ய்த்தேன்—ய்ப்பேன், *v. n.* to be in fruit, the fruit to form.

காயப்படுகிறது, *v. p.* to be dried, as damp linen.

காயப்படுகிறது, *or, to distinguish it from the preceding verb,* காயம்படுகிறது, to be wounded.

காரன் or காறன், *an affix borrowed from the Sanscrit* कार, *and signifying* an agent or doer: thus, வேலைக்காரன், a servant, *from* வேலை, work, குதிரைக்காரன், a groom, *from* குதிரை, a horse. A. G. Sect. 121.

காரியம், *sub.* (कार्य) a business, an affair, a matter.

காலமே, *used adverbially,* (कालः) in the morning: from காலம், time, *and the emphatic affix* ஏ; thus bearing some analogy with our expression *betimes.*

கால், *sub.* the foot; the name of the sign ா, which renders the short *a* long, and assists in forming the vowel *o* when not initial.

கால்கழுவுகிறது, *v. a. comp. of* கால், *q. v. and* கழுவுகிறது, *q. v. literally,* to wash the feet; *by implication,* to perform ablution after answering the calls of nature.

காற்று, *sub.* the wind.

கானல், *sub.* glare; the vibratory appearance over a fire, or over the surface of the ground in hot, clear weather.

கிடக்கிறது—டந்தேன்—டப்பேன், *v. n.* to remain recumbent, to lie down; *Lat.* jacere.

கிடத்துகிறது—டத்தினேன்—டத்துவேன், *v. a.* to lay down.

கிடைக்கிறது—டைத்தேன்—கிடைப்பேன், *v. n.* to be obtained; to be found.

கிட, *infin. from* கிட்டுகிறது, *used adverbially*, near.

கிட்டுகிறது—டினேன்—டுவேன், *used impersonally*, to be near, to be with, to approach, to be found: thus, உனக்குக்கிட்டுமோ, tibi ne conveniet? Much used in this sense in Mysore. It would be more elegant to say உனக்குக்கிடைக்குமோ.

கிமா, *interj.* expressive of silence, *hush.*

கிரேஸ்த்தன், *sub.* (गृहस्थः) a master of a family, a housekeeper, a goodman.

கிலேசம், *sub.* (क्लेशः) sorrow, affliction, sickness, pain.

கிழம், *adj.* old; *whence*, கிழவன், *sub.* an old man, கிழவி, *sub.* an old woman.

கிழிக்கிறது—ழித்தேன்—ழிப்பேன், *v. a.* to tear, to pull in pieces, to scratch; to engrave.

கிளம்புகிறது—பினேன்—புவேன், *v. n.* to rise up, to stand forth. கிளம்பினவேலை, a piece of sculpture or carved work, with figures in relief.

கிராமம், *sub.* (ग्रामः) a village.

கீரை, *sub.* colewort, greens, potherbs, grass.

கீரைத்தண்டு, *sub. comp. of* கீரை, *q. v. and* தண்டு, a stem or stalk; a kind of colewort which grows high.

கீழே, *postposition*, beneath, under; *adv.* down, downwards.

கீறுகிறது—றினேன்—றுவேன், *v. a.* to split, to tear, to scratch, to lacerate; to carve

குடல், *sub.* the inside, the entrails; *see* உடல்.

குடியானவன், *deriv. noun, from* குடி, *with which it is synonymous*; an inhabitant, a countryman, a labourer.

குடை, *sub.* an umbrella.

குணம், *sub.* (गुणः) temper, disposition, natural quality; sometimes used for good disposition.

குதிக்கிறது—தித்தேன்—திப்பேன், *v. n.* to leap, to spring, to jump for joy.

குதிரை, *sub.* a horse.

குதிரைக்காரன், *sub. from* குதிரை, *q. v. and* காரன், *q. v.* a horseman, a groom.

குத்துகிறது—தினேன்—துவேன், *v. a.* to prick, to pierce, to sting, to stab; to pound in a mortar.

கும்பிடு, *sub.* a bow, a reverence.

குரு, *sub.* (गुरुः) a religious instructor or director; *Lat.* sacerdos.

குருடன், *sub.* a blind man; குருடி, a blind woman.

குருடுகிறது—டினேன்—டுவேன், *v. n.* to be blind.

குருட்டு, *sub.* blindness; *used adjectively*, blind.

குருவானவன், *see* குரு: ஆனவன் *redundant*, as ஆவது, A. G. Part 5 of Sect. 117.

குரவை, *sub.* a scream or cry expressing woe.

குலம், *sub.* (कुलं) a caste, a race, a tribe, family or house.

குழி, *sub.* a pit, a hole, a ditch, a grave.

குளம், *spelt also*, கோளம், *sub.* a tank, a pond used for domestic purposes; whereas ஏரி is a much larger reservoir used for the irrigation of land.

குளறுகிறது—றினேன்—றுவேன், *v. n.* to speak inarticulately—confusedly, to stammer.

குளிருகிறது—ளிர்ந்தேன்—ளிருவேன், *v. n.* to be cold; to be refreshed.

குளிர்க்கிறது—ளிர்த்தேன்—ளிர்ப்பேன், *v. a.* to make cold, to cool.

குளிர்ச்சி, *or better*, குளிர்த்தி, *sub.* cold.

குளிப்பாட்டுகிறது, *written also*, குளிர்ப்பாட்டுகிறது *and* குளுப்பாட்டுகிறது—பாட்டினேன்—பாட்டுவேன், *v. a.* to bathe, to wash.

குளுந்த, *corrupted for* குளிர்ந்த, *past part. from* குளிருகிறது, *q. v.*

குளுமை, *sub.* cold, coolness.

குரூரம், *sub.* cruelty, obstinacy.

கூ, *interj.* (கூ) of lamentation.

கூசுகிறது—சினேன்—சுவேன், *v. n.* to fear, to be afraid, to be daunted, to be put to the blush.

கூட, *infin. from* கூடுகிறது, *q. v. used adverbially,* together. *Sometimes it merely strengthens an assertion:* as, கேட்டேன்கூடக்கேட்டேன், I have heard it, *indeed* I have heard it.

கூடு, *sub.* a nest, a cage.

கூடுகிறது—டினேன்—டுவேன், *v. n.* to unite, to club together; to be possible; *Fr.* se joindre, *etiam veneriè*, d' ou vient qu'il faut user de ce verbe et de ses composès avec circonspection. *M.S. Dict.*

கூடும், *impers. v. neut. fut. from* கூடுகிறது, *q. v.* it may be, it is possible.

கூட்டம், *sub.* a crowd, an assembly, a tribe, an association.

கூட்டாளி, *sub.* a companion, a colleague, an associate, a partner.

கூட்டுகிறது—டினேன்—டுவேன், *v. a.* to unite, to cause to associate, to conjoin; to add up.

கூப்பிடுகிறது—பிட்டேன்—பிடுவேன், *v. a.* and *n.* to hail, to call to, to shout out.

கூலி, *sub.* hire, wages.

கூவுகிறது—வினேன்—வுவேன், *v. n.* to crow, to coo as doves.

கெஞ்சுகிறது—சினேன்—சுவேன், *v. n.* to beg coaxingly, to entreat humbly and earnestly.

கேட்கிறது or கேழ்க்கிறது or கேள்க்கிறது—கேட்டேன்—கேள்ப்பேன், *v. a.* and *n.* to hear, to obey; to ask.

கை *sub.* the hand, the arm; the sleeve of a coat. Like χεὶρ and *manus*, this word also signifies, by analogy, an elephant's trunk.

கொஞ்சம், *adj.* small, little; *sub.* smallness; *adv.* little by little.

கொடி, *sub.* a parasitical plant; a flag or ensign.

கொடிது or கொடியது, *neut. conj. deriv. from* கொடுமை, cruelty; *literally*, it is a cruel thing, what is cruel—horrible. A. G. Sect. 125 and 126.

கொடியால், *sub.* a Banian tree (Ficus Indica).

கொடுக்கிறது—டுத்தேன்—டுப்பேன், *v. a.* to give (to a third person). A. G. Part 1 of Sect. 110.

கொடுமை, *sub.* fierceness, violence, tyranny, cruelty, hard-heartedness.

கொட்டை, *sub.* the stone of fruits.

கொண்டுபோகிறது, *v. a. comp. of* கொண்டு *from* கொள்ளுகிறது, *q. v. and* போகிறது, *q. v.* to take away, to remove, to carry along.

கொண்டுவந்துவிடுகிறது, *v. a. comp. of* கொண்டு *from* கொள்ளுகிறது, *q. v.* வந்து *from* வருகிறது, *q. v. and* விடுகிறது, *q. v.* to advance in argument, to adduce.

கொத்து, *sub.* a bunch, a clump, a bush.

கொப்பளிக்கிறது or கொப்புளிக்கிறது—ளித்தேன்—ளிப்பேன், *v. a.* and *n.* to rinse the mouth, to gargle; to rise in blisters.

கொப்பு, *sub.* a branch.

கொம்பு, *sub.* a bough or branch; a horn of an animal; the sign கெ.

கொல்லை, *sub.* a back yard; corn or grain growing on high ground and not watered artificially.

கொள்ளிக்கட்டை, *sub. comp. of* கொள்ளி, a brand, *and* கட்டை, a short stake; a firebrand made of wood; *Lat.* teda.

கொள்ளுகிறது—கொண்டேன்—கொள்ளுவேன், *v. a.* to take, to receive; to buy; to marry; to obtain (sleep). For its use in composition *see* A. G. Part 1 of Sect. 106.

கோ, *interj.* expressive of grief.

கோடாலி, *sub.* a hatchet.

கோடைநாள், *sub. comp. of* கோடை, the West wind, *and* நாள், a day; the summer season.

கோணிகை, *sub.* cotton canvas—*called in India, from the Tamul name,* gunny: sacks made of such canvas.

கோபிக்கிறது—பித்தேன்—பிப்பேன், *v. n. from the sub.* கோபம், *which is from the Sanscrit* कोप:, wrath; to grow angry, to be enraged.

கோர்க்கிறது—ர்த்தேன்—ர்ப்பேன், *v. a.* to run through, to transfix; to string or thread (beads).

கோவில், *sub.* a temple or pagoda, a church.

கோழி, *sub.* a domestic fowl, whether cock or hen.

கோளிகைக்குதிரை, *sub.* a mare. The word கோளிகை designates also the female of the ass.

க்ஷணம், *sub.* (क्षण:) an instant, a moment.

சகதி, *sub.* (शाद:) mud, a puddle.

சகல, *adj.* (सकल) all, the whole; *whence* சகலம், *neut. sub.* every thing; சகலர், *masc.* every body.

சங்கைகேடு, *sub. comp. of* சங்கை, honour, *and* கேடு, destruction; a disgraceful action, turpitude.

சஞ்சலம், *sub.* (चञ्चलं) anxiety, embarrassment, wavering.

சடங்கு, *sub.* a ceremony, whether of marriage, burial, religion, or of compliment.

சடுதி, *sub.* suddenness, quickness, surprise.

சட்டை, *sub.* a jacket, any sewn upper garment.

சண்டை, *sub.* a tumult, a quarrel, a battle.

சதை, *sub.* flesh; *also like the Greek word* σάρξ, the pulp of a fruit.

சத்தம், *sub.* (शब्द:) a sound; *also as* φωνή and *vox,* a voice, a word.

சந்தடி, *sub.* a bustle, a noise made by a crowd; *also like* ὄχλος and *turba,* the crowd itself.

சந்திக்கிறது—தித்தேன்—திப்பேன், *v. a.* (सन्धि:) to strike against, to come in contact with, to meet, to strike (the eye or ear).

சந்திரன், *sub.* (चन्द्र:) the moon.

சந்தேகம். *sub.* (सन्देह:) doubt.

சந்தை, *sub.* a fair, a market where goods are sold on certain days.

சந்தோஷம், *sub.* (सन्तोष:) joy, pleasure.

சமர்த்தன், *sub.* (समर्थ) a capable or skilful man, an industrious man.

சமன், *sub.* (सम) equality, the middle; the deity death; *so called perhaps because* "*æquo* pulsat pede pauperum tabernas regumque turres;" *adj.* level, even.

சமாது, *sub. certain castes bury their dead in a sitting posture, the legs crossed;* this word expresses that posture.

சமீபம், *sub.* (समीपं) vicinity, nearness; *adj.* near, nigh.

சமைக்கிறது—மைத்தேன்—மைப்பேன், *v. a.* to dress victuals, to cook.

சமையம், *sub.* (समय:) an occasion, a favourable moment, an opportunity; a general term for the sects of philosophy.

சம்பாதிக்கிறது—தித்தேன்—திப்பேன், *v. a.* (सम्पादित) to get, to acquire, to attain ; to enjoy.

சம்பாரம், *sub.* (सम्भार:) plenty, abundance, completeness.

சம்புஜிக்கிறது—ஜித்தேன்—ஜிப்பேன், *v. a.* to suffer or enjoy ; *Gr.* πάσχειν.

சம்மதி, *sub.* (सम्मति:) consent, approbation.

சம்மதிக்கிறது—தித்தேன்—திப்பேன், *v. n.* *from the sub.* to consent, to agree to.

சம்மந்தம், *sub.* (सम्बन्ध:) connection, alliance.

சயிக்கினை, *sub.* a sign, a wink, a beckoning.

சரசம், *sub.* a jest, raillery, pleasantry, banter.

சரம், *sub.* a row or arrangement in a line, a garland, a string of precious stones.

சரி, *adj.* just, right, equal.

சரிபோனது, *phrase,* it is all right, it hath been adjusted.

சரீரம், *sub.* (शरीरं) form, the body, whether of man or other animals.

சலசல, a natural word, representing the rippling of water, or the whispering of wind through the foliage of trees.

சலாக்கை, *sub.* (शलाका) a spit, a probe, a ramrod.

சலிக்கிறது—லித்தேன்—லிப்பேன், *v. n.* to be sorrowful, to be dejected.

சலிப்பு, *sub.* sorrow, dejection.

சவம், *sub.* (शवं) a corpse.

சவுணம், *sub. written also* சகுணம், (सवनं) a prophecy, an augury, deduced usually from the flight of birds.

சற்று, *spelt also,* சத்து, *adv.* a little; *when used with the affix* உம் *and a negative it signifies* not even a little, not at all.

சனி, *sub.* (शनि:) Saturn; a devil.

சாகிறது—செத்தேன்—சாவேன், *v. n.* to die.

சாடை, *sub.* a wink, a hint.

சாணாகம், *spelt also,* சாணகம், *sub.* (*probably from* छगणं) the dung of cattle.

சாணாங்கி and சாணி, *see* சாணாகம்.

சாண், *sub.* a span.

சாதம், *sub.* boiled rice.

சாதி, *sub.* (जाति:) a caste, a race, a kind, a sex.

சாதிக்கிறது—தித்தேன்—திப்பேன், *v. n.* to persevere, whether with constancy or obstinacy, to be obstinate.

சாதிக்குதிரை, *comp. of* சாதி, *q. v. and* குதிரை, *q. v.* a horse of caste, *i. e.* of good caste; *as we say* a man of family, *i. e.* of good family.

சாதிஉண, *sub.* perseverance, constancy, obstinacy.

சாத்துகிறது—தினேன்—துவேன், *v. a.* to apply (one thing to another); to shut, but without locking, to close; to put garlands on an image; to apply (ashes to the forehead).

சாப்பிடுகிறது—பிட்டேன்—பிடுவேன், *v. a.* to eat and drink (a meal).

சாமம், *sub.* (याम:) a watch or period of three hours.

சாம்பல், *sub.* ashes.

சாம்பற்பூசணிக்காய், *sub. comp. of* சாம்பல், *q. v. and* பூசணிக்காய், a gourd; a gourd of an ash colour. Probably the same variety (cucurbita hispida) as the கலியாணப்பூசணிக்காய், so called from the custom of serving it up at weddings. "Espece de longue citrouille, que les voleurs ne derobent jamais." *M.S. Dict.*

சாயல், *sub.* a shadow, likeness, resemblance, image.

சாய்கிறது—ய்ந்தேன்—ய்வேன், *v. n.* (*perhaps from* षै—सायति) to bend, to decline, to go down (the sun).

சாயங்காலம், *sub.* (सायंकालः, *comp. of* साय, evening, *and* काल, time) the evening; *metaph.* the time of death.

சாய்வு, *sub.* a slope, a declivity; ardent desire; *Lat.* concubitus.

சாலி or சாலிநெல்லு, *sub.* a sort of rice of superior quality.

சாவு, *sub.* (शव) death.

சாவுகிறது, *written better,* சாகிறது, *q. v.*

சாஸ்திரம், *sub.* (शास्त्रं) a science, an art; soothsaying.

சாஸ்திரி, *sub.* (शास्त्रिन्) one read in the sciences, a doctor.

சாஷ்டாங்கம், *sub.* (स,with, अष्टन्, eight, अङ्ग, a member) a reverence by the prostration of the eight members, *viz.* the hands, the feet, the shoulders, the breast and the forehead.

சிக்கு, *a natural word*, expressive of force and rapidity.

சிரிக்கிறது—ரித்தேன்—ரிப்பேன், *v. n.* to laugh, to smile.

சில, *adj.* some.

சிலவு, *sub.* expenditure, money for expenses; *Lat.* viaticum; permission or leave.

சிவன், *proper name*, (शिवः) the deity Shivah.

சிறிது, *adj.* little, a few, some.

சிணக்கிறது, *spelt also*, சினக்கிறது—ணத்தேன் or னந்தேன்—ணப்பேன் or னப்பேன், *v. n.* to be angry.

சீக்கிரம், *sub.* (शीघ्रं) quickness, haste.

சீச்சீ, *interj.* fie! fie! "Ceux qui savent vivre, ne disent jamais ce mot devant les personnes de distinction, ni hors du discours familier." *M.S. Dict.*

சீதம், *sub.* (शीतं) cold.

சீர்மை, *sub.* (*perhaps from* सीमा) a country, a district.

சீமான், *sub.* (श्रीमान्) a goodman, a host; an opulent man.

சீலை, *sub.* (चेल) a cloth, clothes.

சீவனம், *sub.* (जीवनं) life, a livelihood.

சீறிக்கிறது—றித்தேன்—றிப்பேன், *v. n.* to hiss, to puff.

சீஷன், *sub.* (शिष्यः) a disciple, a pupil.

சுடுகிறது—சுட்டேன்—சுடுவேன், *v. a.* to burn, to roast, to bake.

சுத்தி, *sub.* (शुद्धिः) purity, cleanness; *adj.* clean, pure.

சுத்திகரம், *sub.* (शुद्धिःकरण) purification.

சும்மா, *adj.* still, quiet, lazy; *generally used as an adv.* quietly, simply, only.

சுருங்கிறது—சுருங்கினேன்—சுருங்குவேன், *v. n.* to shrink, to shrivel.

சுருட்டு or சுறுட்டு, *sub.* a roll or scroll: hence the word *chooroot*, used by the English in India, to signify a roll of tobacco leaf, *i. e.* a segar.

சுலபம், *sub.* (सुलभं) facility, brevity; *as an adj.* easy, short.

சுழலுகிறது—சுழன்றேன்—சுழலுவேன், *v. n.* to revolve, to whirl round; *Lat.* verti in gyrum.

சுழற்றுகிறது—சுழற்றினேன்—சுழற்றுவேன், *v. a.* to cause to revolve, to whirl round, to turn.

சுள்ளுச்சுள்ளு, *a natural word*, expressing the sense of oppression or suffocation produced by heat.

சுறீர், *a natural word*, expressing rapidity of action; also, smarting pain.

சுறுக்கம் or சுறுக்கு, *sub.* vivacity, fervour, activity; sharpness, haste.

சுற்று, *sub.* a circuit, a round about way; *adj.* circuitous.

சுற்றுகிறது—சுற்றினேன்—சுற்றுவேன், *v. a.* to surround, to envelope, to pass round.

சூலநாள், *sub.* an unlucky day.

சூழ, *infin. from* சூழுகிறது, *q. v. used adverbially*, around.

சூழுகிறது—சூழ்ந்தேன்—சூழுவேன், *v. a.* to surround, to environ.

செடி, *sub.* a shrub.

செட்டி, *sub.* a merchant, one of the caste of merchants. This word is not synonymous with வைசியன், the third of the four orders of Hindoos; but denotes a certain subdivision of that order: a female of this caste is called செட்டிச்சி.

செய்கிறது—செய்தேன்—செய்வேன், *v. a.* to do, to make.

செய்தி, *sub.* news, intelligence.

செல்லுகிறது—சென்றேன்—செல்லுவேன், *v. a.* and *n.* to receive; to pass (to a place), to pass (money), to pass (with regard to time); to stand good in law; to be expended. For one of its uses *see* A. G. Part 1 of Sect. 110.

செவி, *sub.* the ear.

செவ்வை, *adj.* straight, direct, right.

சேணம், *sub.* a saddle.

சேதம், *sub.* (छेद) loss, damage.

சேமம், *sub.* (क्षेमं) interment, burial.

சேமிக்கிறது—மித்தேன்—மிப்பேன், *v. a.* to bury.

சேருகிறது—சேர்ந்தேன்—சேருவேன், *v. a.* and *n.* to be collected, to assemble, to approach, to arrive at.

சேறு, *sub.* mire, mud.

சையிக்கிஉணா, *see* சயிக்கிஉணா.

சொரிகிறது—ரிந்தேன்—ரிவேன், *v. n.* to glide down (as corn from a heap), to shower down, to trickle down.

சொருகிறது—ருகினேன்—ருகுவேன், *v. a.* to sheath, to stick in (the bosom—a girdle—the pocket, &c.)

சொல்லுகிறது—சொன்னேன்—சொல்லுவேன், *v. a.* to say, to speak, to tell.

சோதிக்கிறது—தித்தேன்—திப்பேன், *v. a.* (शोधनं) to examine, to try.

சோதிஷம், *sub.* (ज्योतिषं) astronomy, astrology.

சோத்தியம், *sub.* (स्वपन) a profound sleep, a lethargy.

சோபம், *sub.* languor, faintness, a swoon; idleness.

சோமன், *sub.* a cloth of eight cubits length, worn around the waist by men.

சோலை, *sub.* a grove.

சோறு, *sub.* boiled rice; the pith of certain palms of which a kind of sago is made.

ஸ்திரீ, *sub.* (स्त्री) *like* Γυνὴ, *signifying* a woman generally, or a wife in particular.

ஸ்துதிக்கிறது—தித்தேன்—திப்பேன், *v. a.* (स्तुतिः) to praise, to flatter.

ஞாபகம், *sub.* memory, recollection, reason.

ஞாயம், *sub.* (न्यायः) justice, reason, right, propriety.

ஞானம், *sub.* (ज्ञानं) wisdom, intelligence, spirituality.

தகப்பன், *sub. quasi* தகுமப்பன், *in contradistinction to* சிற்றப்பன், the father's younger brother, *and* பெரியப்பன், the father's elder brother; a father.

தகருகிறது—தகர்ந்தேன்—தகருவேன், *v. n.* to fall to pieces, to break in pieces.

தகுகிறது—தக்கேன்—தகுவேன், *v. n.* to be fitting or proper; *Lat.* convenire. A. G. Sect. 84.

தகைகிறது—தகைந்தேன்—தகைவேன், *v. a.* to hinder, to forbid, to stop.

தங்கப்பட்டை, *sub.* the girth of a saddle.

தங்கிறது—தங்கினேன்—தங்குவேன், *v. n.* to rest, to stay, to halt, to sojourn.

தங்குகிறது, *see* தங்கிறது.

தடவுகிறது—வினேன்—வுவேன், *v. a.* to touch, to rub, to stroke; *Lat.* palpare.

தடி, *sub.* a stick, a cudgel.

தடீர், *a natural word*, expressing suddenness.

This word, like all those of a similar nature, is used with the verb என்கிறது, which seems to serve as a kind of introduction to what has of itself no regular meaning in the language. A. G. Part 1 of Sect. 99.

தடைக்கிறது—டைத்தேன்—டைப்பேன், *v. a.* to hinder, to obstruct.

தட்டுகிறது—டினேன்—ட்டுவேன், *v. a.* to pat, to rap, to knock.

தணல், *sub.* burning coal.

தண்ணீர், *sub. comp. of* தண், cold, *and* நீர், water: cold water, water generally. In common language பச்சைத்தண்ணீர் *is* cold, *literally*, green or raw water; so called because it has not been boiled.

தந்தாவனம், *sub. comp. of* दन्त, a tooth, *and* धावनं, cleansing; the act of cleaning the teeth.

தந்திரம், *sub.* (तन्त्रं) a trick, a stratagem, a device.

தப்புவிக்கிறது—வித்தேன்—விப்பேன், *v. causal from* தப்புகிறது, *q. v.* to cause to escape.

தப்புகிறது—பினேன்—புவேன், *v. n.* to escape.

தம்பி, *sub.* a younger brother, a younger male first cousin; used also, in familiar discourse, by any person to one much his junior.

தயிறு, *spelt also*, தயிர், *sub.* curdled milk.

தருகிறது—தந்தேன்—தருவேன், *v. a.* to give. A. G. Part 1 of Sect. 110.

தலை, *sub.* the head, a principal.

தலைப்பாகு, *sub. comp. of* தலை, *q. v. and* பாகு, a cloth, *or properly* the warp before it is crossed by the woof; a turban. "Linge de trente coudées, dont on ceint la tête." *M.S. Dict.*

தவம், *sub.* (तपः) penance.

தவறுகிறது—வறினேன்—வறுவேன், *v. n.* to totter, to stumble, to make a false step, to err.

தவிக்கிறது—வித்தேன்—விப்பேன், *v. n.* to be fatigued, to be sinking from weariness.

தவிர, *infin. of* தவிருகிறது, *used adverbially*, except, beside. A. G. Part 3 of Sect. 100.

தழுவுகிறது—வினேன்—வுவேன், *v. a.* to encompass with the arms, to embrace.

தளம்புகிறது—ம்பினேன்—ம்புவேன், *v. n.* to undulate, to shake (as water in a vessel which is moved).

தளருகிறது—ளர்ந்தேன்—ளருவேன், *v. n.* to be relaxed, to be infirm—feeble—decrepid.

தளைகிறது—ளைந்தேன்—ளைவேன், *v. n.* to be fettered.

தளைக்கிறது—ளைத்தேன்—ளைப்பேன் *v. a.* to fetter the legs of an animal when turned out to feed, to fetter generally.

தறுவாய், *sub.* a juncture, an opportunity, a time.

தற்மம், *sub.* (धर्म) charity, virtue, such as leads to good works.

தற்மிஷ்டன், *sub.* (धर्मिष्ठ) a charitable person, a man of good works.

தனித்தனியாய், *adv. reduplication of* தனி, alone; one by one, separately.

தன்மை, *sub.* mode or manner; *see* இத்தன்மை.

தாக்கிறது, *syncope for* தாக்குகிறது—தாக்கினேன்—தாக்குவேன், *v. a.* to combat, to come against, to butt, to dash against; to attain.

தாங்கிறது—தாங்கினேன்—தாங்குவேன், *v. a.* to support, to endure; to ward off; to lean upon.

தாட்பிணிவார், *written also,* தாப்பணிவார் *and* தாற்பூணிவார், *sub.* a thong to fasten the saddle to the bridle or halter; a bearing rein.

தாண்டுகிறது—தாண்டினேன்—தாண்டுவேன், *v. a.* to jump over, to skip over, to surmount.

தாவளை, *written also*, தாவிளை, *sub.* an alleviation, a melioration; *adj.* well.

தான், *reflect. pron.* himself, herself, itself. A. G. Part 1 of Sect. 57.

திடீர், *see* தடீர்.

திட்டு, *sub.* abuse, scolding, imprecation.

திண்ணை, *sub.* a kind of bench made of brick or mud, and usually occupying the portico and outside of an Indian house.

திரவியம், *sub.* (द्रव्यं) riches, money.

திரவியவான், *sub.* (द्रव्यमान्) a rich man.

திரள், *sub.* abundance; *adj.* abundant, numerous, thick or in crowds.

திராணி, *spelt also* திறணி, *sub.* strength, ability; possessions; dignity; talent.

திரிகிறது—திரிந்தேன்—திரிவேன், *v. n.* (तिर्यक्) to wander, to vacillate.

திரிக்கிறது—திரித்தேன்—திரிப்பேன், *v. a.* to twist a rope, to turn a handmill.

திருடுகிறது—திருடினேன்—திருடுவேன், *v. a.* to steal.

திருட்டு, *sub.* a theft.

திரும்ப, *infin. from* திரும்புகிறது, *q. v. used adverbially*, again. A. G. Part 6 of Sect. 96.

திரும்புகிறது—திரும்பினேன்—திரும்புவேன், *v. n.* to turn, to return, to turn back.

திருவுளம், *sub. comp. of* திரு, sacred, *and* உளம், mind; the will (of God—of a king—of any great personage).

திறக்கிறது—திறந்தேன்—திறப்பேன், *v. a.* to open.

தினம், *sub.* (दिनं) a day.

தினந்தினம், *adv.* (தினம் *repeated*) daily.

தின்கிறது—தின்றேன்—தின்பேன், *v. n.* to eat; more commonly used with respect to animals than men.

தின்மை, *sub.* evil; *especially* death.

தீ, *sub.* fire. "*Au Maduré*, ne se dit que du feu de l'incendie." *M.S. Dict.*

தீட்டுகிறது—தீட்டினேன்—தீட்டுவேன், *v. a.* to sharpen; to beat rice from its husk.

தீய்மை, *sub.* evil.

தீருகிறது—தீர்ந்தேன்—தீருவேன், *v. n.* to be settled or cleared up, to finish, to cease; to be cured.

தீர்க்கிறது—தீர்த்தேன்—தீர்ப்பேன், *v. a.* to finish, to settle (a dispute, an account), to expiate (an offence), to pay a debt; *Lat.* luere; to correct.

தீர்த்தம், *sub.* (तीर्थं) water, *usually* holy water.

தீர்ப்பு, *v. sub. from the verb* தீர்க்கிறது; a decision, an award of arbitrators.

தீர்மானம், *sub.* a decision, a decree.

தீர்வை, *sub.* a judgment of condemnation or acquittal, a sentence of death.

தீவினை, *sub.* an evil action, ill luck.

துக்கம், *sub.* (दुःखं) sorrow, grief, mourning.

துடங்கிறது—டங்கினேன்—டங்குவேன், *v. a.* to begin.

துடருகிறது, *or better*, தொடருகிறது—டர்ந்தேன்—டருவேன், *v. a.* to follow, to pursue.

துடிக்கிறது—டித்தேன்—டிப்பேன், *v. n.* to pant, to throb, to struggle, to twitch or be convulsed.

துடை, *sub.* the thigh.

துடைக்கிறது—துடைத்தேன்—துடைப்பேன், *v. a.* to wipe.

துணிகிறது—துணிந்தேன்—துணிவேன், *v. a.* to dare, to venture to do.

துணுக்கு, *a natural word*, expressive of shuddering.

துண்டம், *sub.* a piece, a morsel.

துண்டு, *sub.* a piece, a morsel.

துரகம் *sub.* (तुरग:) a horse.

துரிதம், *sub.* (दुरितं) misfortune, evil, calamity.

துவக்கிறது, *sync. for* துவக்குகிறது—துவக்கினேன்—துவக்குவேன், *v. a.* to begin.

துவளுகிறது—துவண்டேன்—துவளுவேன், *v. n.* to yield, to warp, to shrink, to bend. "*Au Maduré*, le debiteur, qui ne peut payer, être a la merci de son creancier." *M.S. Dict.*

துள்ளி, *spelt usually*, துளி, *sub.* a drop.

துள்ளுகிறது—துள்ளினேன்—துள்ளுவேன், *v. n.* to leap, to skip, to jump for joy.

துர்வசனம், *sub.* (दुर्, *particle implying* ill, वचनं, speech) abuse, improper language.

துன்பம், *sub.* affliction, calamity, adversity.

தூக்கம், *sub.* sleep.

தூக்கிறது, *sync. for* தூக்குகிறது—கினேன்—குவேன், *v. a.* to lift, to weigh, to carry suspended, to lend the hand to raise one who is fallen.

தூங்குகிறது—தூங்கினேன்—தூங்குவேன், *v. n.* to sleep.

தூண்டில், *sub.* a hook, a fishing hook.

தூரம், *adj.* (दूरं) far, distant.

தூவுகிறது—வினேன்—வுவேன், *v. a.* to sprinkle, to strew lightly.

தெய்வம், *sub.* (देवः) a deity.

தெரிகிறது—ரிந்தேன்—ரிவேன், *v. n.* to see, to know, to understand; to select. *Frequently used impersonally in the future:* as, எனக்குத்தெரியும், it is known to me, *i. e.* I know.

தெரு, *sub.* a street.

தெருவு, *see* தெரு.

தெளிகிறது—ளிந்தேன்—ளிவேன், *v. n.* to be clear, to grow clear.

தெளிக்கிறது—ளித்தேன்—ளிப்பேன், *v. a.* to sprinkle, to strew, to sow.

தெறிக்கிறது—றித்தேன்—றிப்பேன், *v. n.* to snap or break off; to splash about as water when beaten; to start (the eye out of the head), to break (water against rocks); *v. a.* to fire pellets from a bow: தெறிவில்லு, a pellet bow.

தேடுகிறது—டினேன்—டுவேன், *v. a.* to seek.

தேய்க்கிறது—தேய்த்தேன்—தேய்ப்பேன், *v. a.* to scrub, to clean by rubbing.

தேவன், *sub.* (देवः) a deity.

தேவாதீனம், *sub.* (देवादिन) the providence of God; *used adverbially, signifies* by chance, *or rather the Lat.* divinitus.

தேறுகிறது—றினேன்—றுவேன், *v. n.* to be comforted, to take courage, to rally.

தேற்றுகிறது—தேற்றினேன்—தேற்றுவேன், *v. a.* to console, to animate.

தேன், *sub.* honey.

தைக்கிறது—தைத்தேன்—தைப்பேன், *v. a.* to prick, to sew, to penetrate, *both lit. and metaph.*

தொங்குகிறது—தொங்கினேன்—தொங்குவேன், *v. n.* to hang down.

தொடருகிறது—டர்ந்தேன்—டருவேன், *v. a.* to bind, to tie; to follow.

தொடுகிறது—தொட்டேன்—தொடுவேன், *v. a.* to touch.

தொடுக்கிறது—தொடுத்தேன்—தொடுப்பேன், *v. a.* to make to adhere; to string flowers.

தொட்டி, *sub.* a large vase, a trough.

தொந்தரை, *sub.* trouble, inconvenience, difficulty: *a Teloogoo word.*

தொந்தி, *sub.* the belly, the paunch.

தொப்பு, *a natural word* expressive of the noise which a heavy body makes when falling on the ground or into water.

தொப்பன், *see* தகப்பன்.

தொய்க்கிறது—தொய்த்தேன்—தொய்ப்பேன், *v. a.* to immerse.

தோல், *sub.* skin, leather, the pod or husk of seeds, the peel of fruit, the skin of kernels; *Lat.* cutis.

தோன்றுகிறது—தோன்றினேன்—தோன்றுவேன், *v. n.* to appear, to suggest itself (to the judgment, imagination or senses).

தோஷம், *sub.* (दोषः) a sin, malignity, *whether* physical or moral.

நக்கிறது, *sync. for* நக்குகிறது—நக்கினேன்—நக்குவேன், *v. a.* to lick.

நச்சுநாகம், *sub. comp. of* நச்சு, *the adjective form of* நஞ்சு, poison, *and* நாகம், (नागः) a snake; a poisonous serpent.

நடக்கிறது—டந்தேன்—டப்பேன், *v. n.* to go, to walk, to take place, to be usual, to succeed.

நடு, *sub.* the middle.

நடை, *sub.* walk, gait, mien.

நடைகூடம், *sub.* a virandah, a porch, the entrance of a house.

நதி, *sub.* (नदी) a river.

நமஸ்காரம், *sub.* (नमस्कारः) salutation, reverence, adoration.

நயம்பயம், *sub. comp. of* நயம், kindness, *and* பயம், fear; coaxing and threatening.

நல்ல, *adj.* good.

நல்ஊழ, *sub. comp. of* நல், good, *and* ஊழ, temper; good fortune, happiness, good conduct.

நவம், *sub.* (नवं) newness; *adj.* new; the number nine, *marked thus,* ௯.

நன்மை, *sub.* a good, a benefit, happiness.

நன்றாய், *adv. from* நன்று, good; well.

நாசம், *sub.* (नाशः) destruction, extinction.

நாடோறும், *adv.* daily.

நாடான், *deriv. noun, from* நாடு, a country; an inhabitant, the head of a village or district.

நாய், *sub.* a dog.

நாலு, *num.* four; *marked thus,* ௪; *often used indefinitely for* several.

நாழிகை, *sub.* an Indian hour of twenty-four minutes, used sometimes for the distance walked in that time.

நாள், *sub.* a natural day of twenty-four hours.

நாளுக்குநாள், *adv.* daily, from day to day.

நாறுகிறது—நாறினேன்—நாறுவேன், *v. n.* to stink.

நாற்பது, *num.* forty; *marked thus* ௪௰.

நாற்பத்தஞ்சு, *num. comp. of* நாற்பது, *q. v. and* அஞ்சு, *q. v.*

நானாவிதம், *from* நானா *for* நாலு, four, *and* விதம், a sort; different kinds, all sorts, in all ways.

நிச்சயம், *sub.* (निश्चयः) certainty, ascertainment.

நிச்சயிக்கிறது—யித்தேன்—யிப்பேன், *v. a.* to ascertain, to verify, to be convinced of.

நித்தம் or நித்தியம், *adv.* (नित्यं) always; *as an adj.* eternal, continual.

நித்திரை, *sub.* (निद्रा) sleep.

நிமசம், *or better,* நிமிஷம், *sub.* (निमिषः) a moment.

நிமித்தம், *sub.* (निमित्तं) cause, sake, a motive; an augury.

நிமிஷம், *see* நிமசம்.

நிரம்புகிறது—ம்பினேன்—ம்புவேன், *v. n.* to grow full.

நிரை, *sub.* a row, an arrangement in a line.

நிலம், *sub.* a place, the ground, the soil, the land.

நிலைகொள்ளுகிறது, *v. n. from* நிலை, station *and* கொள்ளுகிறது, *q. v.* to be firm or settled, to be established.

நில்லுகிறது or நிற்கிறது—நின்றேன்—நில்லுவேன், *v. n.* to stand, to stay, to be durable.

நிழல், *sub.* a shade or shadow; *metaph.* protection.

நிறம், *sub.* colour.

நிறுத்துகிறது—றுத்தினேன்—றுத்துவேன், *v. a.* to make to stand, to stop; to place or set up.

நிறமாணம், *sub.* (निर्मानं) nakedness.

நிறைகிறது—றைந்தேன்—றைவேன், *v. n.* to be full; *the infin.* நிறைய *is used as an adverb*, fully.

நிறைவேறுகிறது—வேறினேன்—வேறுவேன், *v. n.* to be accomplished or fulfilled (sacrifice or prayer).

நிற்கிறது, *see* நில்லுகிறது.

நினைக்கிறது—னைத்தேன்—னைப்பேன், *v. n.* to think.

நின்று, *vineiyech. from* நிற்கிறது, *used with nouns of place in the local ablative to express* motus à loco: as, கோவிலினின்றுவந்தேன், I came from the church. A. G. Part 2 of Sect. 49.

நீக்கிறது, *sync. for* நீக்குகிறது—நீக்கினேன்—நீக்குவேன், *v. a.* to reject, to remove, to leave out, to do away, to subtract.

நீங்கிறது—நீங்கினேன்—நீங்குவேன், *v. n.* to retire; to wear off, to come off.

நீட்டுகிறது—நீட்டினேன்—நீட்டுவேன், *v. a.* to stretch forth, to protract.

நீதி, *sub.* (नीति) justice, truth.

நீத்தம், *see* நித்தம்.

நீந்துகிறது, *written vulgarly* நீஞ்சுகிறது—நீஞ்சினேன்—நீஞ்சுவேன், *v. n.* to swim.

நீய், *pers. pron.* thou. A. G. Part 1 of Sect. 57.

நீர், *sub.* water, urine.

நீளம், *sub.* length.

நுழைகிறது—நுழைந்தேன்—நுழைவேன், *v. a.* to enter crouching, to creep in.

நுனி, *sub.* an end, extremity, tip.

நூறு, *num.* a hundred; *marked thus,* ௱.

நூற்றைம்பது, *num.* a hundred and fifty; *marked thus,* ௱௫௰.

நெஞ்சம், *written also* நெஞ்சு, *sub.* the heart; *metaph.* the mind, the soul, the will, the conscience.

நெடுமை, *sub.* length; *adj.* நெடு, long.

நெய், *sub.* ghee, melted butter.

நெரிக்கிறது—நெரித்தேன்—நெரிப்பேன், *v. a.* to break down with noise, to crush, to pound, to crack (the fingers).

நெருங்குகிறது—நெருங்கினேன்—நெருங்குவேன், *v. n.* to be squeezed, to be crowded.

நெருப்பு, *sub.* fire.

நெல்லு, *sub.* rice, before it is freed from the husk, *in India called by the English* Paddy.

நெளிகிறது—நெளிந்தேன்—நெளிவேன், *v. n.* to wriggle, to writhe.

நேஷ்டூரம், *sub.* (निष्ठुरं) cruelty; *adj.* cruel.

நேசம், *sub.* affection; virtuous love.

நேத்தி, *spelt also* நேற்றி, *sub.* beauty, neatness, elegance; *adj.* beautiful, neat, elegant.

நேரம், *sub.* time, occasion; lateness; a crime or fault.

நேற்றி, *sub.* a vow.

நேற்று, *sub.* yesterday.

நொண்டி, *vineiyech. from* நொண்டுகிறது, to be lame; *used adjectively*, lame.

நோகிறது—நொந்தேன்—நோவேன், *v. n.* to ache or smart; to be sick; *Lat.* dolere.

நோவு, *sub.* sickness, pain.

பகல், *sub.* day, *correlative with* ரா, night.

பக்கம், *sub.* (पक्षः) the side.

பசி, *sub.* hunger.

பசு, *sub.* (पशुः) *in Sanscrit this word signifies* an animal *in general, but in Tamul by antonomasia*, an ox, *or, more commonly*, a cow: thus in Italian the word *animale* is used colloquially for *a hog*.

பசுமை, *sub.* greenness; *adj.* பசும் or பச்சு or பச்சை, green, raw.

பச்சபைகிறது—பைந்தேன்—பைவேன், *v. n.* to be dim or overcast, as the countenance or eyes of a dying man.

பஞ்சாரம், *sub.* the age of a horse or bullock.

பஞ்சு, *sub.* cotton, wool.

பரவுகிறது—பரந்தேன்—பரவுவேன், *v. n.* to spread.

படி, *sub.* a measure, a manner, degree; the step of a door. A. G. Sect. 153.

படிக்கிறது—படித்தேன்—படிப்பேன், *v. a.* to learn; to read, to chant, to recite.

படிப்பிக்கிறது—பித்தேன்—பிப்பேன், *v. causal,* to cause to learn, to teach. *Governs two Accusatives.*

படுகிறது—பட்டேன்—படுவேன், *v. a.* to suffer; to be the patient in an action. A. G. Sect. 76 and 107.

படுக்கை, *sub.* a bed, a couch.

படுக்கிறது—படுத்தேன்—படுப்பேன், *v. n.* to lie down.

படுத்துகிறது—தினேன்—துவேன், *v. causal,* to cause to suffer. A. G. Sect. 107.

படையாட்சி, *sub.* one of a particular caste of Soodras or cultivators; *synonymous with* பள்ளி.

பட்சம், *written also* பக்கம், *sub.* (पक्ष:) love, affection, partiality; the side.

பட்டிக்காடு, *sub.* a hamlet, a woodland village: "பட்டிக்காட்டிலே விற்கிறது, aller vendre par les villages." *M.S. Dict.*

பட்டினி, *sub.* the state of fasting, *or rather*, of subsisting on very light diet; regimen.

பணம், *sub.* (पणं) a fanam; a silver coin of which forty-five make a Star Pagoda (வராகன்). The fanam varies in value in different parts; at

Madras it is equal to about $2\frac{1}{8}d.$ There are likewise gold fanams, chiefly in use on the Western side of the Peninsula: the word is also used, like the *Lat.* nummus, for money in general.

பணிகிறது—பணிந்தேன்—பணிவேன், *v. n.* to stoop, to lower or humble one's self.

பணியாரம், *sub.* a cake, a fritter.

பண்டாரம், *sub.* one of a peculiar sect of Shaivas, who, though not Brahmans, devote their lives to religion and subsist on charity.

பண்ணுகிறது—பண்ணினேன்—பண்ணுவேன், *v. a.* to make, to do.

பதலம், *written also* பதனம், caution, care, circumspection.

பதறுகிறது—பதறினேன்—பதறுவேன், *v. n.* to be in a hurry, to be over hasty.

பதுங்குகிறது—பதுங்கினேன்—பதுங்குவேன், *v. n.* to crouch, to skulk for the purpose of concealment.

பதைக்கிறது—பதைத்தேன்—பதைப்பேன், *v. n.* to palpitate, to pant.

பத்தி, *sub.* (भक्तिः) piety, faith.

பத்து, *num.* ten; *marked thus,* ௰: *sometimes used indefinitely, as* பத்துப்பேர், a number of persons.

பத்துகிறது, *see* பற்றுகிறது.

பயணம், *sub.* (प्रयाणं) a journey.

பயந்தேன், *def. v. when used separately, it has only the past tense; but it is generally employed in conjunction with the auxiliary verb* இருக்கிறது, *or the verb* படுகிறது; I feared.

பயம், *sub.* (भयं) fear.

பயிர், *sub.* grain of various sorts, as growing in the fields, legumes or pulse.

பரம, *adj.* (परम) great, grand; *never used but in composition.*

பரமார்த்தன், *sub.* a simpleton.

பராக்கு, *sub.* inattention, careless gaping, absence of manner.

பரிகாசம், *written also* பரியாசம், *sub.* (परिहासः) a joke, drollery, pleasantry, mockery.

பரிச்சேதம், *sub.* (परिच्छेद) total destruction; *used adverbially, with a negative, it denotes positive refusal, and may be rendered* absolutely not, positively not.

பரிமளம், *sub.* (परिमलः) a pleasing odour.

பரியந்தம், *sub.* (पर्यन्तं) a boundary, a measure; *adv.* until.

பல, *adj.* different, several, many.

பலன், *spelt also* பலம், profit, advantage, reward.

பழம், *adj.* old, *from* பழுமை, age.

பழம், *sub.* a ripe fruit.

பழுதை, *sub.* a hay or straw band.

பழுப்பு, *sub.* a brown colour, *properly* the colour of dead leaves.

பழையது, *vineikkoorrippoo or conjugated derivative, from* பழுமை; what is old, not recent, ancient; cold rice boiled the preceding night and usually forming the morning meal.

பளபள, *a natural word,* expressing the glimmer of twilight, the glitter of a spangle.

பள்ளம், *sub.* a hollow, a valley, a depth, a hole.

பறக்கிறது—பறந்தேன்—பறப்பேன், *v.n.* to fly.

பறிக்கிறது—பறித்தேன்—பறிப்பேன், *v. a.* to obtain possession by seizure; to pillage; to cull; to pounce on.

பற்றவைக்கிறது—வைத்தேன்—வைப்பேன், *v. a.* to light, to set fire to.

பற்றுகிறது—பற்றினேன்—பற்றுவேன், *v. a.* to seize, to take; to overtake; to kindle, to excite; to attach one's self to; to consider, to take into account.

பாகு, *sub.* a turban; *see* தலைப்பாகு.

பாக்கியம், *sub.* (भाग्यं) happiness, good fortune.

பாக்கு, *sub.* betel nut, the fruit of the கமுகு or Areca (Areca Catechu).

பாடு, *sub.* suffering, pain, misfortune.

பாடுகிறது—பாடினேன்—பாடுவேன், *v. a.* to sing.

பாட்டம்பாட்டமாய்ப்பெய்கிறது, to rain in intermitting showers.

பாட்டன், *sub.* a grandfather.

பாதி, *sub.* a part, the half.

பாய், *sub.* a mat; a sail, which in India is frequently made of matting.

பாய்கிறது—பாய்ந்தேன்—பாய்வேன், *v. a.* and *n.* to strike upon, to play upon (as a water engine on a fire), to leap upon (as a tiger on his prey); to flow; to be mixed or shot (as one colour with another in a cloth).

பாரம், *sub.* (भारः) a weight of twenty துலாம்; weight in general, importance.

பாரிசம், *sub.* (पार्श्वः) the side; வலதுபாரிசம், the right side.

பார்க்கிறது—பார்த்தேன்—பார்ப்பேன், *v. a.* to see, to notice, to examine.

பாலை, *sub.* a kind of parasitical plant (Asclepias volubilis).

பால், *sub.* milk.

பிச்சை, *sub.* (भिक्ष) alms.

பிடிக்கிறது—பிடித்தேன்—பிடிப்பேன், *v. a.* to seize, to lay hold of, to catch.

பிடுங்கிறது—பிடுங்கினேன்—பிடுங்குவேன், *v. a.* to pluck out, to depose, to turn out.

பிணம், *sub.* a corpse.

பிதற்றுகிறது, *spelt also* பிதத்துகிறது—பிதற்றினேன்—பிதற்றுவேன், *v. n.* to talk incoherently (as one in a delirium).

பிதா, *sub.* (पिता) a father.

பிந்துகிறது—பிந்தினேன்—பிந்துவேன், *v. n.* to be behind.

பிரமிக்கிறது—பிரமித்தேன்—பிரமிப்பேன், *v. a.* to astonish, to astound, to amaze.

பிராமணன், *sub.* (ब्राह्मणः) a brahman.

பிலுக்கு, *a natural word*, expressive of the sound and force of a blow; whack!

பிழைக்கிறது—பிழைத்தேன்—பிழைப்பேன், *v. n.* to gain a livelihood, to subsist; to recover from sickness.

பிறகு, *sub.* the after part; *used adverbially,* behind, afterwards.

பிறக்கிறது—பிறந்தேன்—பிறப்பேன், *v. n.* to be born, to spring, to proceed, to arise.

பிறபஞ்சம், *sub.* (प्रपञ्च) the world, all nature.

பிறப்படுகிறது—பிறப்பட்டேன்—பிறப்படுவேன், *v. n.* to set out on a journey.

பிறயாசம் or பிரயாசம், *sub.* (प्रयासः) labour, trouble, pains.

பிறப்பு, *sub.* birth, nativity.

பிற்பாடு, *postposition, governs a dat.* after, since.

பிறமாண்டம், *sub.* (ब्रह्माण्ड) mightiness, grandeur.

பிற்றல், *sub.* a rent or fissure.

பின், *postposition*, behind, after; *governs a genitive or dative.*

பின்பு, *sub.* what is after or behind; *often used adverbially.*

பின்வாங்குகிறது, *comp. of* பின், *and* வாங்குகிறது, *q. v.* to retract, to intermit, to recede.

பின்றட்டுவார், *sub.* a crupper.

பின்னை, *adv.* moreover; *often used in conversation as an expletive.*

பிறுகிறது—பிறினேன்—பிறுவேன், *v. a.* to tear, to rend.

புகழுகிறது, *written also* புகழ்கிறது—புகழ்ந்தேன்—புகழுவேன், *v. a.* to praise.

புகழ், *sub.* praise.

புகை, *sub.* smoke.

புகைகிறது—புகைந்தேன்—புகைவேன், *v. n.* to smoke or emit smoke.

புகைக்கிறது—புகைத்தேன்—புகைப்பேன், *v. causal,* to cause to smoke, to expose to smoke.

புதைக்கிறது—புதைத்தேன்—புதைப்பேன், *v. a.* to bury, whether a corpse or treasure.

புகையிலை, *sub. comp. of* புகை, *q. v. and* இலை, a leaf; tobacco.

புண்ணியம், *sub.* (पुण्यं) virtue, a good action.

புது, *adj.* new.

புத்தி, *sub.* (बुद्धिः) sense, wisdom, understanding.

புத்திமான், *sub.* (बुद्धिमान्) a wise or sensible man.

புரளுகிறது—புரண்டேன்—புரளுவேன், *v. n.* to roll about, to wallow, to burst its banks (a river).

புருஷன், *sub.* (पुरुषः) a husband.

புரோகிதம், *sub.* a prophecy or thing predicted.

புரோகிதன், *sub.* (पुरोहितः) a family priest, or an astrologer who predicts lucky and unlucky days, and details the circumstances contained in the பஞ்சாங்கம் or almanack.

புலி, *sub.* a tiger, any animal of the tiger kind.

புல் or புல்லு, *sub.* grass.

புறக்காரணம், *sub. comp. of* புறம், the exterior, *and* காரணம், कारणं, a cause; an extraneous cause.

புறச்சமயம், *sub. comp. of* புறம், the exterior, *and* சமயம், समयं, established custom; a certain sect. "Ordinairement on distingue deux sortes de சமயம் sans qu' on sache bien sur quoi se fonde cette distinction. Les six interieures sont, &c. *see the word* உட்சமயம். Les six sectes exterieures sont, 1. லோகாயுதம், peu connue. 2. புத்தர், secte de Buddha. 3. சமணர், secte, aujourd'hui fort odieuse, qui adore அருகன்: c'est de cette secte que sont sortis la plûpart des livres de sciences. 4. மீமாங்கசம். 5. பஞ்சராத்திரி, secte de la cinquième nuit, parceque, lors qu' il y a cinq vendredis a un mois, ils celebrent la nuit du cinquieme avec de grandes abominations. 6. மாயாவாதிமதம், secte des phantastiques qui n' admettent rien de réel, excepté peut-être Dieu." *M.S. Dict.*

புறத்தி or பிறத்தி, *sub.* the outward side, abroad, not in doors; *used adverbially*, elsewhere.

புறமுகாந்திரம், *sub. comp. of* புறம், *q. v. and* முகாந்திரம், *q. v.* an extraneous origin.

புறம், *sub.* a side, the outside.

புனல், *sub.* water.

பூ, *sub.* a flower.

பூங்காவனம், *sub. comp. of* பூங்கா, a flower garden, *and* வனம், वनं, a grove; a garden in a grove.

பூசணிக்காய், *sub.* a gourd, a pumpkin (Cucurbita hispida. *Thmb.*).

பூசுகிறது—பூசினேன்—பூசுவேன், *v. a.* to smear, to daub, to anoint.

பூசை, *sub.* (पूजा) worship; which, as performed in a Hindoo temple, consists in decorating, anointing and making offerings to the idol. Sacred music accompanies this ceremony; the officiating Brahmans chant appropriate Hymns to the Deity, and the Courtezans attached to the establishment propitiate his favour by a solemn dance.

பூச்சியம், *sub.* (पूज्यं) veneration, respect; *as an adj.* venerable; *Gr.* Σεμνὸς.

பூண்டு, *sub.* a shrub, a bush, a plant.

பூந்தேர், *comp. of* பூ, *q. v. and* தேர், a car; a car or litter adorned with flowers for removing the dead.

பூரிக்கிறது—பூரித்தேன்—பூரிப்பேன், *v. a.* and *n.* (पूर) to fill; to rejoice.

பெண், *sub.* a damsel, a woman; the female of quadrupeds.

பெண்டு, *sub.* a woman.

பெய்கிறது—பெய்தேன்—பெய்வேன், *v. n.* to shower down; மழைபெய்கிறது, to rain; பனிபெய்கிறது, the dew to fall; மூத்திரம் பெய்கிறது, *Lat.* mingere.

பெயர், *sub.* a name; *also frequently used for* a person; though, when it has this meaning, it is more correct to spell it பேர்.

பெரிசு or பெரிது, *vineik.* what is great, *from* பெருமை, *sub.* greatness; *adj.* பெரிய, great.

பெருக்கிறது, *sync. for* பெருக்குகிறது—பெருக்கினேன்—பெருக்குவேன், *v. a.* to multiply (in arithmetic); to sweep.

பெருமம், *sub.* greatness, bigness; *adj.* பெரும்.

பெருமூச்சு, *sub. comp. of* பெரும், *q. v. and* மூச்சு, an inspiration; a sigh.

பெலம், *sub.* (बलं) force, power, strength.

பெறுகிறது—பெற்றேன்—பெறுவேன், *v. a.* to obtain, to beget; to bear (a child); to be worth; *adj.* விலைபெற்ற, valuable.

பேசு or பேச்சு, *sub.* a word, a speech, a rumour.

பேசுகிறது—பேசினேன்—பேசுவேன், *v. a.* to speak, to talk.

பேட்டை, *sub.* the suburb of a fort, a bazar, a village.

பேணுகிறது—பேணினேன்—பேணுவேன், *v. a.* to cherish, to nurture.

பேதை, *sub.* an idiot, a fool.

பேதைமை, *sub.* folly, simplicity, idiotism.

பேர், *sub.* a person.

பை, *sub.* a bag, a sack, a purse.

பொதி, *sub.* a bullock-bag; an ox-load. "A Mysore, c'est une mesure de grains qui contient trois சலக்கை." *M.S. Dict.*

பொய், *sub.* a lie, a falsehood.

பொரிக்கிறது—பொரித்தேன்—பொரிப்பேன், *v. a.* to hatch, to sit on eggs; to fry.

பொருந்துகிறது—பொருந்தினேன்—பொருந்துவேன், *v. n.* to agree (respecting wages); to consent.

பொல்லாப்பு, *sub.* evil, a mishap.

பொழுது, *sub.* the sun; time.

பொறுக்கிறது—பொறுத்தேன்—பொறுப்பேன், *v. a.* to brook, to endure; to pardon.

பொன், *sub.* gold, a gold piece, a Pagoda.

போகிறது—போனேன்—போவேன், *v. n.* to go. A. G. Part 2 of Sect. 109.

போக்கன், *sub.* a traveller.

போக்கிறது—க்கினேன்—க்குவேன், *v. causal,* to make to go, to make to pass (time).

போக்கு, *sub.* an excuse, a frivolous excuse, an evasion.

போசனம், *sub.* (भोजनं) food, a meal.

போடுகிறது—போட்டேன்—போடுவேன், *v. a.* to throw; to place. A. G. Part 1 of Sect. 106.

போது, *sub.* time; *used chiefly in composition.* A. G. Sect. 152.

போதும், *v. def.* 3rd *pers. neut. fut.* it is enough. A. G. Sect. 82.

போமய்யா, *phrase,* go to, friend; *Lat.* agedum.

போருகிறது—போர்ந்தது—போரும், *v. impers.* to be sufficient.

போர்வை, *sub.* a covering, a cloak, a cloth, the end of a cloth.

போல—போல்—போலே, *infin. used adverbially, from the obsolete verb* போலுகிறது, to be like; like.

மகன், *sub.* a son; மகள், a daughter.

மகா, *adj.* (महान् *or* महा) great, grand, mighty.

மகிமை, *sub.* (महिमा) dignity, grandeur, glory.

மகிழ்கிறது or மகிழுகிறது—மகிழ்ந்தேன்—மகிழுவேன், *v. n.* to rejoice.

மகிழ்ச்சி, *sub.* delight, pleasure.

மடப்பள்ளி, *sub.* the kitchen of a Pagoda or Choultry.

மடம், *sub.* (मठः) a sort of convent, where holy men dwell together retired from the world.

மடி, *sub.* the lap, the bosom; *Lat.* gremium.

மடிகிறது—மடிந்தேன்—மடிவேன், *v. n.* to die, to perish.

மடையன், *sub.* a dunce, an idiot.

மட்டி, *sub.* a simpleton.

மட்டு, *sub.* a limit, a bound, a measure. A. G. Sect. 150.

மணக்கிறது—மணந்தேன்—மணப்பேன், *v. n.* to smell sweetly, to emit a sweet odour.

மணம், *sub.* an agreeable odour.

மண், *sub.* earth, ground.

மதிக்கிறது—மதித்தேன்—மதிப்பேன், *v. a.* to estimate, to appraise.

மத்தியானம், *sub.* (मध्याह्नः) noon.

மந்திரம், *sub.* (मन्त्रः) a spell, an incantation; a prayer.

மயக்கம், *sub.* a swoon; a reverie, a bewildered or bewitched state.

மரம், *sub.* a tree, timber, wood.

மலிவு, *sub.* cheapness, an easy rate.

மல்லாக்க, *or better* மல்லாத்தக்க, *infin. used adverbially, from* மல்லாத்துகிறது, to throw on the back; supinely, thrown on one's back.

மழை, *sub.* rain.

மறக்கிறது—மறந்தேன்—மறப்பேன், *v. a.* to forget.

மறி, *sub.* a foal; *also* the young of certain other animals when affixed to their respective names, *as* ஆட்டு மறி, a lamb.

மறிக்கிறது—மறித்தேன்—மறிப்பேன், *v. a.* to arrest, to stop, to detain.

மறியல், *verbal sub.* an arrest, a detention.

மறு, *adj.* another, the next.

மறுக்கிறது—மறுத்தேன்—மறுப்பேன், *v. a.* to oppose, to disobey, to contradict, to reject, to refute.

மறுத்து, *vineiyech. used adverbially, from* மறுக்கிறது, *q. v.* anew, over again.

மறுமொழி, *sub. comp. of* மறு, *q. v. and* மொழி, a word; an answer.

மறுவுத்தரம், *sub. comp. of* மறு, *q. v. and* உத்தரம், उत्तरं; an answer.

மறைக்கிறது—மறைத்தேன்—மறைப்பேன், *v. a.* to conceal, to hide.

மறைவு, *verbal sub.* shelter, concealment.

மற்ற, *adj.* other, the other.

மனதிரங்கிறது, *see* இரங்கிறது.

மனம், *written also* மனசு *or* மனது, *sub.* (मनः) the mind.

மனுஷன், *written also* மனிதன் *or* மனுதன், (मनुषः) a man.

மனையாட்டி, *sub. from* மனை, a house; the woman of the house, a housewife, a wife.

மனைவி, *sub. from* மனை, a house; a housewife, a wife.

மன்றாடுகிறது—மன்றாடினேன்—மன்றாடுவேன், *v a.* to beseech, to entreat.

மாங்கிஷம், *sub.* (मांसं) flesh, meat; *applied also to* the flesh of fish.

மாடு, *sub.* an ox, a cow.

மாட்டுகிறது—மாட்டினேன்—மாட்டுவேன், *v. n.* to be entangled, to adhere, to catch.

மாட்டேன், *neg. v.* 1*st pers. sing. from* மாட்டுகிறது, to be able and willing; I will not. A. G. Sect. 79, and Note in Page 89.

மாத்திரம், *adv.* (मात्रं) only. A. G. Part 1 and 2 of Sect. 151.

மாம்சம், *sub.* (मांसं) flesh, meat; *applied also to the* flesh of fish.

மாய்கிறது—மாய்ந்தேன்—மாய்வேன், *v. n.* to languish, to die.

மார்பு, *spelt also* மார், *sub.* the breast, the chest.

மிகவும், *infin. with the particle* உம், *used adverbially, from* மிகுகிறது, to increase; greatly.

மிஞ்சுகிறது—மிஞ்சினேன்—மிஞ்சுவேன், *v. n.* to increase, to exceed; to grow proud.

மிதக்கிறது—மிதந்தேன்—மிதப்பேன், *v. n.* to float (as a raft).

மிதிக்கிறது—மிதித்தேன்—மிதிப்பேன், *v. a.* to tread under foot, to stamp on.

மிருகம் *spelt also* மிறுகம், *sub.* (मृगः) a beast, a wild animal.

மிலேச்சன், *spelt also* மிலேச்சன், *sub.* (म्लेच्छः) a fool, one who wants common sense.

மீண்டு, *vineiyech.* and மீளவும், *infin. both used adverbially, from* மீளுகிறது, *q. v.* again.

மீளுகிறது—மீண்டேன்—மீளுவேன், *v. n.* to turn, to take a turn, to change.

மீன், *sub.* a fish.

முகத்துவார், *sub. comp. of* முகம், *q. v. and* வார், *q. v.* a bridle.

முகம், *sub.* (मुखं) the face, the visage, the countenance.

முகருகிறது, *written also* மோருகிறது—முகர்ந்தேன்—முகருவேன், *v. a.* to smell.

முகாந்திரம். *sub.* an origin, a motive, a cause: அவன்முகாந்திரம், by his means.

முகிகிறது—முகிந்தேன்—முகிவேன், *v. n.* to be complete, to terminate: முகிவுகாலம், the time of ending, *i. e.* of death.

முகிர்த்தம், *spelt also* முகூர்த்தம், *sub.* (मुहूर्त्तं) a fortunate time (for any purpose).

முசல், *spelt also* முயல், *sub.* a hare.

முடி *or* முடிவு, *sub.* an end; *also* a crown; the hair fastened in a tuft at the top of the head.

முடிகிறது—முடிந்தேன்—முடிவேன், *v. n.* to finish, to terminate; *also* to be platted or knotted.

முடுக்கு, *sub.* a lane, an alley without a thoroughfare.

முட *or* முடவும், *infin. used adverbially, from* முட்டுகிறது; to the end, entirely.

முடி, *verbal adj.* cutting or knocking (one leg against another), limping.

முட்டை, *sub.* an egg.

முணமுண, *natural word*, expressive of mumbling or muttering.

முதல், *sub.* the commencement; the principal (of a sum of money); stock in trade; *adj.* the first; முதலாய், *adv.* even; முதற்கொண்டு, beginning with, from: *as*, இன்றைக்குமுதற்கொண்டு, beginning with to-day, *i. e.* from henceforth.

முதுகு, *sub.* the back.

முண்டாசு, *sub.* a turban; *a word in use among Mahrattas and Musselmans.*

முந்தி, *vineiyech. from* முந்துகிறது, to go before; *used adverbially*, before.

முப்பது, *num.* thirty; *marked thus*, ௩௰.

முழம், *sub.* a cubit. *This word signifies also* the elbow *or* the knee, *according as it may be prefixed to the word* கை, the arm, *or* கால், the leg.

முழு, *adj.* whole, entire; முழுதும் *or* முழுதாய், *adv.* all, altogether, wholly.

முளைக்கிறது—முளைத்தேன்—முளைப்பேன், *v. n.* to spring up, to shoot up, to grow.

முள்ளு, *sub.* a thorn, a spur, a fish-bone.

முரடன், *sub.* an obstinate or stubborn person.

முறிகிறது—முறிந்தேன்—முறிவேன், *v. n.* to break.

முறிக்கிறது—முறித்தேன்—முறிப்பேன், *v. a.* to break.

முறுக்கிறது, *sync. for* முறுக்குகிறது—முறுக்கினேன்—முறுக்குவேன், *v. a.* to twist; *v. n.* to grumble, to mutter.

முறை, *sub.* a time; *Fr.* fois; a turn or alternation; a custom, a rite; a relationship.

முறைப்பாடு, *sub.* a complaint, representation of injuries.

முற்றம், *sub.* the open court in an Indian house.

முன், முன்பு, முன்பாக, *postposition*, before; *whether as respects* time or place.

முன்னோர், *sub. pl.* forefathers, ancestors.

முஸ்திப்பு, *sub.* apparatus, furniture.

மூக்கு, *sub.* the nose; *also used for* the beak of birds, the mouth-piece of a trumpet, the lip of a lamp.

மூச்சு, *sub.* an inspiration or inhalement.

மூடன், *sub.* a blockhead, a fool.

மூடுகிறது—மூடினேன்—மூடுவேன், *v. a.* to cover up, to shut, to close, to conceal.

மூத்திரம், *sub.* (मूत्र) urine.

மூர்த்தி, *sub.* (मूर्त्तिः) a body, a person, a god.

மூலை, *sub.* a corner (of a room or building); a quarter or Rhumb.

மூளி, *sub.* deprived of an ear; with a broken neck (a bottle).

மூன்று, *num.* three; *marked thus* ௩.

மெத்த, *adj.* much, very.

மெய், *sub.* truth.

மெள்ள, *adv.* gently.

மேடு, *sub.* a hillock, a rising ground.

மேய்கிறது—மேய்ந்தேன்—மேய்வேன், *v. n.* to feed, to graze.

மேய்க்கிறது—மேய்த்தேன்—மேய்ப்பேன், *v. a.* to feed (a flock).

மேல், *sub.* the upper part; *used as a postposition,* above, upon, after. A. G. Sect. 147.

மோய்க்கிறது—மோய்த்தேன்—மோய்ப்பேன், *v. n.* to crowd together, to swarm as bees.

மோசம், *sub.* difficulty, danger; deceit.

மோடு, *written also* முகடு, *sub.* the roof of a house.

மோழை, *sub.* a stump, a block: மோழைமாடு, an ox without horns, or with only the stumps of the horns remaining.

யுக்தி, *sub.* (युक्तिः) sense, wit, attention.

யோகம், *sub.* (योगः) union, conjunction of the stars.

யோக்கியம், *sub.* (योग्यं) worthiness, propriety, decorum.

ராசா, *sub.* (राजा) a king.

ரா, ராவு, ராத்திரி, *sub.* (रात्रिः) night.

ரூபம், *sub.* (रूप) figure, form, shape; *hence* beauty: *as,* ரூபமுள்ளவள், a beautiful woman.

லாயம், *sub.* a stable.

லஜ்ஜைக்கேடு, *sub. comp. of* லஜ்ஜை, लज्जा, modesty, *and* கேடு, loss; disgrace, shame, a shameful action.

லெத்தி *or* லத்தி, *sub.* dung.

லோகாத்தியந்தம், *sub. comp. of* लोक, the world, आदि, first, *and* अन्त, final; from one end of the world to the other, universally.

வகை, *sub.* a manner, a mode; a kind, a species.

வசனம், *sub.* (वचनं) speech. 'Paroles qui font un sens." *M.S. Dict.*

வசை, *spelt also* வைசை, abuse, scolding.

வடிகிறது—வடிந்தேன்—வடிவேன், *v. n.* to transude, to drip down.

வணங்குகிறது—வணங்கினேன்—வணங்குவேன், *v. a.* to revere, to adore, to salute with respect.

வயது *or* வயசு, *sub.* age, years (as indicating age): *as,* அவனுக்கெத்தனை வயசு, what age is he? பத்துவயசு, ten years old.

வயல், *sub.* meadow land, fit for the cultivation of rice.

வயிறு, *sub.* the belly.

வர, வர, *infin. repeated, of the verb* வருகிறது, *q. v. used adverbially,* in the sequel, in the course of time; continually.

வரவு, *sub.* an income, receipt, revenue.

வரி, *sub.* tribute.

வரிசை, *sub.* order, arrangement, rule, regulation, a row.

வருகிறது—வந்தேன்—வருவேன், *v. n.* to come; to be attainable. A. G. Part 1 of Sect. 110, and Part 2 of Sect. 106.

வருஷம், *sub.* (वर्षः) a year.

வலம், *sub.* the right side; *adj.* right (not left).

வலி, *sub.* pain, spasm.

வழக்கு, *sub.* a dispute, a quarrel, a law-suit.

வழி, *sub.* a way, a road; *metaph.* the manner of doing any thing.

வழிச்சாரி, *sub.* a public road, a beaten path.

வளர்க்கிறது, *written also* வளக்கிறது—வளர்த்தேன்—வளர்ப்பேன் *v. a.* to rear, to bring up, to educate.

வளவு, *sub.* a house, a house or houses in one enclosure.

வள்ளுவன், *sub.* one of a certain caste; the priests of the Pariars, who, though considered vile by the other castes, have various gradations of rank among themselves.

வறளுகிறது—வறண்டேன்—வறளுவேன், *v. n.* to be parched or dried up, by fire—the sun—a fever, &c.

வற்கம், *sub.* (वर्गः) a sort or kind.

வற்தமானம், *sub.* (वर्त्तमान्) intelligence, news, business.

வற்றுகிறது—வற்றினேன்—வற்றுவேன், *v. n.* to grow dry, to be dried up.

வாகனம், *sub.* (वाहनं) a vehicle, a conveyance. Usually applied to the çars and animals on which idols are placed, and on which the Deities which they represent are supposed to ride.

வாங்கிறது—வாங்கினேன்—வாங்குவேன், *v. a.* to receive from another's hand; to buy. A.G. Part 1 of Sect. 110.

வாசல், *sub.* a doorway, a gateway.

வாசனை, *sub.* an odour.

வாசிக்கிறது—வாசித்தேன்—வாசிப்பேன், *v. a.* to read; to play on stringed instruments.

வாடகை *or* வாடை, *sub.* hire, the letting out to hire.

வாதை, *sub.* (बाधा) pain, torment.

வாய், *sub.* the mouth; the opening of a bag—of a wound, &c.

வார், *sub.* a thong, reins; those enumerated as belonging to a saddle horse are முகத்துவார், இறக்குவார் and தாற்பூணிவார், *q. v.*

வால், *sub.* the tail, a train.

வாழ்த்துகிறது—வாழ்த்தினேன்—வாழ்த்துவேன், *v. a.* to praise, to wish prosperity to.

வாழ்வு, *sub.* pleasure, prosperity.

வாறு, *sub.* a way, a manner; *never used alone; generally in composition with the demonstrative pronoun.*

வாற்தை, *spelt also* வார்த்தை, *sub.* a word, a speech.

விக்கிரகம், *sub.* (विग्रहः) a statue, an idol.

விசாரணை, *sub.* (विचारणा) consideration.

விசாரம், *sub.* (विषादः) sadness, thoughtfulness, solicitude.

விசாரிக்கிறது—விசாரித்தேன்—விசாரிப்பேன், *v. a.* to think of, to care for; to provide respecting; to enquire into.

விசிருகிறது or விசிறுகிறது—விசிறினேன்—விசிறுவேன், *v. a.* to fan.

விசேஷம், *sub.* (विशेषः) an especial thing; *adj.* especial.

விசை, *sub.* a time or bout; a blow; a spring.

விடிகிறது—விடிந்தேன்—விடிவேன், *v. n.* to rise (*as* the sun), to break forth (*as* the dawn).

விடுகிறது—விட்டேன்—விடுவேன், *v. a.* to quit, to leave, to abandon; to open (the mouth). A. G. Part 2 of Sect. 109.

விடுதி, *sub.* a caravansary, an inn.

விட்டுவிடுகிறது, *v. a. the verb* விடுகிறது *following its own vineiyech.* to abandon entirely, to set at liberty.

விதம், *sub.* (विधः) a kind, a sort, a manner.

விதி, *sub.* (विधिः) destiny, fate.

வித்தை, *sub.* (विद्या) an art or science, a craft, legerdemain.

விநதை, *sub.* an ornament, a specimen of art, a curiosity; விநதையான, ornamental, curious, elegant.

விபரம், *sub.* a detail, a particular account.

வியாபாரம், *sub.* (व्यापारः) commerce, traffic, merchandize.

வியாபாரி, *sub.* (व्यापारी) a merchant.

விரல், *sub.* a finger, a thumb, a toe.

விரிக்கிறது—விரித்தேன்—விரிப்பேன், *v. a.* to spread, to stretch, to extend; *metaph.* to amplify or relate at large.

விரிவு, *sub.* extension; *metaph.* detail.

விரும்புகிறது—விரும்பினேன்—விரும்புவேன், *v. a.* to desire.

விதைக்கிறது—விதைத்தேன்—விதைப்பேன், *v. a. from* விதை, seed; to sow seed.

விலகிறது, *sync. for* விலகுகிறது—விலகினேன்—விலகுவேன், *v. a.* to turn from, to avoid, to flee from.

விலை, *sub.* a price, a value.

விழுத்தட்டுகிறது—தட்டினேன்—தட்டுவேன், *v. a. comp of* விழுகிறது, *q. v. and* தட்டுகிறது, to knock; to dash out of another's hand.

விழிக்கிறது *or* முழிக்கிறது—விழித்தேன்—விழிப்பேன், *v. n.* to open one's eyes, to awake.

விழிப்பு, *sub.* a wild stare of alarm; விழிப்பாட்டமாய், *adv.* staringly, in a staring manner.

விழுகிறது—விழுந்தேன்—விழுவேன், *v. n.* to fall.

விழுங்கிறது, *written also* முழுங்கிறது—விழுங்கினேன்—விழுங்குவேன், *v. a.* to devour, to swallow up: *only applied to animals, or inanimate objects personified.*

விழும்புகிறது, *written better* விரும்புகிறது—விழும்பினேன்—விழும்புவேன், *v. a.* to desire.

வீனாறக்கிறது—வீனாறத்தேன்—வீனாறப்பேன், *v. n.* to grow stiff or erect (as the ears of a hare).

வீனா, *sub.* a question, an interrogation.

வீசுகிறது—வீசினேன்—வீசுவேன், *v. n.* to strike or dart (*as* rays); to blow (*as* the wind); to stream forth (*as* an odour).

வீச்சு, *sub.* a blow, a stroke, a throw.

வீடு, *sub.* a house; the squares on a chess board.

வெகு, *adj.* (वहु) many, much, very.

வெகுமானம், *sub.* (वहुमानं) an honour, a present from a superior.

வெகுளி, *sub.* rage.

வெகுளுகிறது—வெகுண்டேன்—வெகுளுவேன், *v. n.* to grow angry.

வெட்டரிவாள், *sub. comp. of* வெட்டு, *root, or indefinite part. of* வெட்டுகிறது, to hew, *and* அரிவாள், *q. v.* a chopper or bill.

வெட்டவெளி, *sub.* an open field or plain; வெட்டவெளியாய், *adv.* openly, publicly.

வெட்டுகிறது—வெட்டினேன்—வெட்டுவேன், *v. a.* to cut, to hew, to dig, to engrave.

வெந்நீர், *sub. comp. of* வெம், *contracted for* வெகும், *from* வெகிறது, *q. v. and* நீர், *q. v.* hot water.

வெயில், *spelt also* வெய்யில், *sub.* heat of the sun, glare, sunshine.

வெளி, *sub.* an open space, a field; *adj.* open, public.

வெளிவிடுகிறது, *v. a. comp. of* வெளி, *q. v. and* விடுகிறது, *q. v.* to divulge, to make manifest.

வெளுப்பு, *sub.* whiteness, the colour white.

வெறுமனே, *adv.* in vain, emptily, without advantage, without foundation.

வெற்றிலை *or* வெத்திலை, *sub.* Betel leaf, (Piper Betel).

வேகம், *sub.* (वेगः) swiftness, impetuosity, haste, heat, anger.

வேகிறது—வெந்தேன்—வேகுவேன், *v. n.* to be hot, to burn.

வேங்கை, *sub.* a royal tiger.

வேஷ்டி, *sub.* (वेष्ट) a cloth of four cubits.

வேணும், *or more properly* வேண்டும், *used impersonally, from* வேண்டுகிறது, *q. v.* it is necessary, it is desired. A. G. Sect. 78.

வேண்டாம், *neg. impers. verb*, it need not be, it must not be, it is not desired.

வேண்டிய, *contracted for* வேண்டின, *past part. from* வேண்டுகிறது, *q. v.* wanted, desired.

வேண்டுகிறது—வேண்டினேன்—வேண்டுவேன், *v. a.* to wish, to desire, to pray.

வேர்வை, *sub.* sweat.

வேலை, *sub.* work, labour, a business.

வேளை, *sub.* a time, an opportunity, an occasion.

வேறு, *adj.* separate, different, other.

வேறுபட, *infin. used adverbially, from* வேறுபடுகிறது, to change; separately.

வேனிற்காலம் *or* வேனற்காலம், *comp. of* வேனல், heat, *and* காலம், *q. v.* the hot season.

வைக்கிறது—வைத்தேன்—வைப்பேன், *v. a.* to keep; to place, to lay, to put, to set.

வைத்துக்கொள்ளுகிறது, *v. a. comp. of* வைத்து, *vineiyech. from* வைக்கிறது, *q. v. and* கொள்ளுகிறது, *q. v.* to suppose; to grant or admit (for the sake of argument).

ANALYSIS.

CONTRACTIONS USED IN THE ANALYSIS.

Abl.	Ablative Case.
Acc.	Accusative Case.
Adj.	Adjective.
Adv.	Adverb.
A. G.	Anderson's Grammar.
C. Abl.	Causal Ablative Case.
Comp.	Compound.
Conj.	Conjunction.
Cop. Conj.	Copulative Conjunction.
Dat.	Dative Case.
Defect.	Defective.
Der.	Derived from.
Deriv.	Derivative.
Fem.	Feminine.
Fin.	Final.
Fut.	Future Tense.
Gov.	Governed by.
Hon.	Honorific Form.
I. Abl.	Instrumental Ablative.
I. C. W.	In Construction with.
Imp.	Imperative Mood.
Impers.	Impersonal Verb.
In.	Initial.
Ind.	Indicative Mood.
Infin.	Infinitive Mood.
Interj.	Interjection.
Interrog.	Interrogative.
L. Abl.	Local Ablative.
Masc.	Masculine.
Neg.	Negative.
Neut.	Neuter.
Nom.	Nominative Case.
Ord.	Ordinal.
P.	Part of a Section in Anderson's Grammar.
P. Adj.	Pronoun Adjective.
Pagh.	Paghupadam or Derivative Noun.
Part.	Participle.
Past.	Past Tense.
Pers.	Person or Personal.
P.Dem.Pron.	Proximate Demonstrative Pronoun.
Pl.	Plural Number.
P. N.	Proper Name.
Pres.	Present Tense.
Reflect.	Reflective.
R.Dem.Pron.	Remote Demonstrative Pronoun.
S.	Section in Anderson's Grammar.
S. Abl.	Social Ablative Case.
Sing.	Singular.
Sub.	Substantive.
V.	Verb.
Vett.	Vett-ttoomeiporool, or Noun, with the form of the Nominative Case and the signification of the Oblique or Genitive. A. G. S. 26.
Vett.Togh.	Vett-ttoomeittoghei, the Oblique, or Aorist, Case. A. G. S. 43.
Vin.	Vineiyechcham of the past tense, sometimes called Gerund. A. G. S. 72.
Vineik.	Vineikkoorrippoo or Conjugated Derivative. A. G. S. 126.
Voc.	Vocative Case.

The *numeral letters* followed by *figures* mark a reference to the *sentences* and *words* of the Analysis: thus, "see II. 7," signifies, see the *seventh word* of the *second sentence.*

The dependence of Adjectives and Participles on the Substantives which they qualify, is not always stated: and, in like manner, I have not deemed it necessary to notice obvious cases of grammatical concord.

When one word depends on, or qualifies another, and yet is undeclined, I have called the former *in construction with* the latter, to distinguish this case from that wherein there is a conformity of gender, number, &c. which I have expressed by the word *agreement.*

ANALYSIS

OF

THE FIRST STORY.

I.

There was[5] a[3] Gooroo[4] called[2] Paramārtan.[1]

[1] பரமார்த்தன், *p. n. sing. nom.* coupled by the *connective vin.* என்ற, with குருவானவர், with which word it may therefore be considerd in apposition. [2] என்ற, from என்கிறது, *connective vin.* A. G. P. 1 and 2 of S. 103; the fin. உ cut off,* A. G. S. 13. [3] ஒரு, *num. adj.* A. G. P. 1 of S. 134. [4] குருவானவர், *sub.* comp. of *sub.* குரு, and ஆனவர்;† *past*

---

* For the sake of brevity, the elision of the letter உ, according to A. G. S. 13, and the interposition of the letter ய or வ, according to A. G. S. 14, will not again be noticed. A comparison of the words connected together, as in the Tamul text, with the same words separated, as in the Analysis, will plainly shew the application of these rules, which are so frequently used as to make it worth while to dispose of them once for all.

† The verbal pagh. ஆனவன், ஆனவள், ஆனது, are frequently added by a pleonasm to nouns substantive: thus, குருவானவன், *literally,* he who is the Gooroo, *i. e.* the Gooroo.

verbal pagh. masc. from ஆகிறது, A. G. P. 1 of S. 113, *sing. nom. hon.* before the *v.* இருந்தார். [5]இருந்தார், from இருக்கிறது, *v. past. 3rd pers. sing. hon.* A. G. Note in Page 42, and P. 2 of S. 66.

II.

Five persons,[7] called[6] Matti, Madeiyan, Pēdei, Mileichan and Mōōdan,[5] were[9] as disciples,[8] to do[4] service[3] at his[1] commanding.[2]

[1] அவர், *r. dem. pron.* A. G. S. 43, and Note in Page 37, *vett. hon.* i. c. w. the *verbal noun* ஏவினதுக்கு. [2] ஏவினதுக்கு, from ஏவுகிறது, *past verbal pagh. neut.* A. G. P. 2 of S. 113, *sing. dat. case.* [3] ஊழியம், *sub. sing. nom.* put for *acc.* gov. by the *v.* செய்ய; the fin. ம் changed to ஞ், A. G. S. 31. [4] செய்ய, from செய்கிறது, *v. infin.* gov. by the *v.* இருந்தார்கள். [5] மட்டியும், மடையனும், பேதையும், மிலேச்சனும், மூடனும்; the five foregoing *sub.* here used as *p. n.* are connected by the *cop. conj.* உம், which follows each; they are placed in apposition with ஐவர், through the medium of the *connective vin.* என்று. [6] என்று, see I. 2. [7] ஐவர், *num. deriv.* A. G. P. 2 of S. 136, *pl. nom.* to the *v.* இருந்தார்கள். [8] சீஷர்களாக, from சீஷன், *sub. pl. nom.* rendered *adverbial* by the addition of the *infin.* ஆக, A. G. P. 3 of S. 97. [9] இருந்தார்கள், from இருக்கிறது, *v. past. 3rd pers. pl.* the letter வ precedes this word,* A. G. S. 14.

---

* See *Note* in the Preceding Page.

III.

These[1] all six,[2] having gone[9] on foot[3] in the ways[8] of the villages,[7] to enquire for[6] other[4] disciples,[5] in coming[12] again[10] to the Mattam,[11] one[13] day,[14] in the time[17] of the third[15] watch,[16] arrived[21] at a[18] river[19] bank.[20]

[1] இவர்கள், from இவன், *p. dem. pron. pl. nom.* to the *v.* சென்றார்கள். [2] அறுவரும், *num. deriv.* see II. 7, *pl. nom.* in apposition with இவர்கள், the particle உம் is added to imply totality, A. G. P. 4 of S. 140, the fin. ம் changed to ங, A, G. S. 31. [3] காணடையாக, from காணடை, *sub.* comp. of கால், and நடை, united, A. G. S. 37, and rendered *adverbial* by the addition of the *infin.* ஆக, see II. 8. [4] மற்ற, *adj.* [5] சீஷர்களை, from சீஷன், *sub. pl. acc.* gov. by the *v.* விசாரிக்க. [6] விசாரிக்க, from விசாரிக்கிறது, *v. infin.* gov. by சென்றார்கள். [7] கிராமங்கள், from கிராமம், *sub. pl. nom. vett.* A. G. S. 26, i. c. w. the *sub.* வழி, the in. க doubled, A. G. S. 22. [8] வழி, *sub. sing. nom.* for *l. abl.* [9] போய், from போகிறது, *vin.* i. c. w. இவர்கள். [10] திரும்பி, from திரும்புகிறது, *vin.* i. c. w. இவர்கள்; this word *literally* signifies, "having turned," but generally corresponds with the English "again;" the in. த is doubled, because the preceding word is considered as a *vin.* in இ, of which, in fact, it is a contracted form, A. G. S. 21. [11] மடத்துக்கு, from மடம், *sub. sing. dat.* A. G. P. 3 of S. 47. [12] வருகையில், *l. abl.* of வருகை, *a verbal* in கை, A. G. P. 1 of S. 114, from வருகிறது.

[13] ஒரு, *num. adj.* [14] நாள், *sub. sing. nom.* used elliptically for the *l. abl.* the fin. ள் might have been changed to ண், A. G. S. 37. [15] மூன்றாம், *ord. adj.* A. G. P. 2 of S. 147, the fin. ம் changed to ந், A. G. S. 31. [16] சாமம், *sub. sing. vett.* i. c. w. நேரத்தில், the fin. ம் is dropped, A. G. S. 32. [17] நேரத்தில், from நேரம், *sub. sing. l. abl.* A. G. P. 4 of S. 49. [18] ஓர், *num. adj.* the in. ஒ is lengthened, and the fin. உ cut off, A. G. P. 2 of S. 134. [19] ஊற்றம், *adj.* formed from the *sub.* ஊறு, the fin. ம் changed to ங், A. G. S. 31. [20] கரைக்கு, from கரை, *sub. sing. dat.* A. G. P. 3 of S. 47. [21] சென்றார்கள், from செல்லுகிறது, *v. past. 3rd pers. pl.* agreeing with இவர்கள், the in. ச is doubled, A. G. S. 19.

IV.

The Gooroo[9] thinking thus:[8] "This[1] river[2] is cruel;[3] therefore,[4] at the time[6] that it is awake,[5] it cannot be passed;"[7] having commanded[11] Mileichan,[10] sent (him)[15] to examine[14] the river's[12] sleep.[13]

[1] இந்த, *p. adj.* A. G. P. 1 of S. 60. [2] நதி, *sub. sing. nom.* [3] கொடிது, from கொடுமை, *vineik.* A. G. S. 125 and 126, *3rd pers. sing. neut.* as *a verb*, agreeing with நதி. [4] ஆகையால், *sing. c. abl* of ஆகை, *verbal* in ஐ, from ஆகிறது, A. G. P. 1 of S. 118. [5] விழித்திருக்கும், consisting of விழித்து, *vin.* from விழிக்கிறது, and இருக்கும், *fut. part.* from இருக்கிறது; *comp. part. fut.* used for the *pres.* A. G. P. 1 of S. 92, i. c. w. வேளையில். [6] வேளையில், from வேளை, *sub.*

sing. l. abl. A. G. P. 4 of S. 49, the fin. ல் changed to ற், A. G. S. 36. [7]கடக்கப்படாது, *passive voice* of the *neg. v.* A. G. S. 76, comp. of கடக்க, *infin.* from கடக்கிறது, and படாது, *neg. v. 3rd pers. neut.* from படுகிறது. [8]என்று, see I. 2. [9]குருவானவர், see I. 4, *nom.* to the *v.* விட்டார். [10]மிலேச்சனை, from மிலேச்சன், *p. n. acc.* [11]ஏவி, from ஏவுகிறது, *vin.* i. c. w. குருவானவர். [12]ஆற்றின், from ஆறு, *sub. sing. vett. togh.* A. G. Note to Page 37, i. c. w. நித்தி ரை. [13]நித்திரை, *sub. nom.* for *acc.* gov. by the *v.* சோதிக்க, the in. ந is dropped, A. G. S. 35. [14]சோ திக்க, from சோதிக்கிறது, *v. infin.* gov. by விட்டார். [15]விட்டார், from விடுகிறது, *v. past 3rd pers. sing. masc. hon.* agreeing with குருவானவர்.

V.

For this purpose,[1] when he had kindled[6] fire[5] in a tobacco leaf[3] chooroot,[4] carrying along[10] the firebrand,[9] which he bore[8] in his hand,[7] without approaching[13] the river,[12] standing[15] afar off,[14] stretching (it) forth,[16] he[2] immersed[18] it[11] into the water.[17]

[1]அதற்கு, from அது, *r. dem. pron. sing. neut. dat.* A. G. P. 5 of S. 47. [2]இவன், see III. 1, *sing. masc. nom.* to தோய்த்தான். [3]புகையிலை, *sub. sing. vett.* i. c. w. சுருட்டில். [4]சுருட்டில், from சுருட்டு, *sub. sing. l. abl.* the in. ச doubled, A. G. S. 26, the fin. ல் changed to ற், A. G. S. 36. [5]தீ, *sub. sing. nom.* for *acc.* the த changed to ற, A. G. S. 36. [6]பற்றவைக்க, from பற்றவைக்கிறது, *v. infin.* or *vin.* of the *pres.*

used for *vin.* of the *past.* A. G. Note in Page 120, the in. ப is doubled, A. G. S. 18. [7] கையால், from கை, *sub. l. abl.* the in. க is doubled, A. G. S. 22. [8] எந்தின, from எந்துகிறது, *past. part.* i. c. w. கொள்ளிக் கட்டையை, A. G. P. 1 of S. 92. [9] கொள்ளிக்கட்டையை, from கொள்ளிக்கட்டை, *sub. sing. acc.* [10] கொண்டுபோய், from கொண்டுபோகிறது, *vin.* கொண்டு, from கொள்ளுகிறது, and *vin.* போய், from போகிறது, *comp. vin.* i. c. w. இவன். [11] உதை, see V. 1, *acc.* gov. by தோய்த்தான். [12] ஊற்றை, see IV. 12, *acc.*: in this instance, as the rule A. G. S. 14 is not observed, the vowel ஊ is written in its initial form. [13] உண்ணாது, from உண்ணுகிறது, *neg. vin.* A. G. P. 1 of S. 75, i. c. w. இவன். [14] தூரம், *sub.* used *adverbially*, the fin. ம் is dropped, A. G. S. 32. [15] நின்று, from நிற்கிறது, *vin.* i. c. w. இவன். [16] எட்டி, from எட்டுகிறது, *vin.* also i. c. w. இவன். [17] தண்ணீரிலே, from தண்ணீர், *sub. sing. l. abl.* [18] தோய்த்தான், from தோய்க்கிறது, *v. past. 3rd pers. sing. masc.* agreeing with இவன்.

VI.

He who was called[9] Mileichan,[8] perceiving that[7] as soon as[2] he immersed it,[1] the water[3] smoked[6] with a hissing noise,[4 5] hurrying,[10] stumbling,[11] falling[12] (and) running,[13] exclaimed,[41] "Sir! Sir![14] it is not[19] now[17] the time[18] to pass[16] the river:[15] it[20] being awake,[21] as soon as[24] I[22] touched it,[23] hissing[28] like[27] a poisonous[25] serpent,[26] smoking[30] in fierce rage[29] (and) leaping,[31] it is indeed[40] a wonder,[39] that saving[37] (my) life,[36] I[35] escaped[38] from the fury with which[34] it opposed[33] me."[32]

[1] தோய்த்த, see V. 18, *past part.* i. c. w. உடன். [2] உடன், *sing. nom.* used elliptically, for the *l. abl.* to denote celerity, A. G. P. 3 of S. 149. [3] தண்ணீர், *sub. sing. nom.* to the *verbal pagh.* புகைந்தது, A. G. S. 117, the in. த changed to ற, A. G. S. 33. [4] சறீர், *a natural, indeclinable word*, A. G. Note to Page 85. [5] என்று, *connective vin.* see I. 2. [6] புகைந்தது, from புகைகிறது, *past verbal pagh.* agreeing, in its capacity of *v.* with தண்ணீர், and, as a *noun*, *nom.* for *acc.* gov. by கண்டு, A. G. P. 1 and 2 of S. 117. [7] கண்டு, from காண்கிறது, *vin.* i. c. w. மிலேச்சன். [8] மிலேச்சன், see IV. 10, *nom.* to என்றான். [9] என்பவன், from என்கிறது, *fut. verbal pagh. sing. nom. masc.* in apposition with மிலேச்சன், A. G. P. 5 of S. 117. [10] பதறி, from பதறுகிறது, *vin.* i. c. w. மிலேச்சன். [11] தவறி, from தவறுகிறது, *vin.* also i. c. w. மிலேச்சன், the in. த doubled, A. G. S. 21. [12] வெருந்து, from வெருகிறது, *vin.* also i. c. w. மிலேச்சன். [13] ஓடி, from ஓடுகிறது, *vin.* also i. c. w. மிலேச்சன். [14] ஐயாவய்யா, *sub. sing. voc.* in the reiterative form, from ஐயன் and அய்யன், which two modes of spelling are used indifferently. [15] நதியை, see IV. 2, *acc.* gov. by the *v.* கடக்க. [16] கடக்க, from கடக்கிறது, *v. infin.* gov. by the *sub.* தறுவாய், the in. க doubled, A. G. S. 20. [17] இப்போ, *adv.* A. G. P. 2 of S. 152. [18] தறுவாய், *sub. sing nom.* to அன்று. [19] அன்று, *defect. v. 3rd pers.* A. G. S. 80, agreeing with தறுவாய். [20] அது, see V. 1, *nom.* to the *part.* எதிர்த்த, which, with the following *noun*, has a *verbal* capacity, according to a peculiar

construction, whereby the force of the *relative,* otherwise wanting in this language, is conveyed: thus, நான் பார்த்தவீட்டுக்கு, "to the house which *I saw*;" அதென்னையெதிர்த்தவெகுளிக்கு, "to (or from) the rage which *it opposed to me*." [21] வீழுந்திருந்து, see IV. 5, *comp. vin.* of the *past.* i. c. w. அது. [22] நான், *pers. pron. sing. nom.* [23] தொட்ட, from தொடுகிறது, *past part.* being, as to its *verbal* capacity, in regimen with நான், and in its *adj.* character i. c. w. உட்டேன. [24] உட்டேன, see VI. 2. [25] நச்ச, *adj* from நஞ்சு. [26] நாகம், *sub. sing. nom.* for *acc.* gov. by the *particle* போலே. [27] போலே, properly the root of the *v.* போலுகிறது, here used as a *particle* of similitude, A. G. P. 2 of S. 100. [28] சீறித்து, from சீறிக்கிறது, *vin.* i. c. w. அது. [29] எரிகோபத்தில், from எரிகோபம், *l. abl.* the fin. ல் changed to ம், A. G. S. 36. [30] புகைந்து, see VI. 6, *vin.* i. c. w. அது. [31] பாய்ந்து, from பாய்கிறது, *vin.* also i. c. w. அது. [32] என்னை, see VI. 22, *acc.* [33] எதிர்த்த, from எதிர்க்கிறது, *past part.* in its *verbal* capacity agreeing with அது, and as an *adj.* qualifying the following word. [34] வெகுளிக்கும், from வெகுளி, *sub. sing. dat.* gov. by the *verbal* தப்பினதே. [35] நான், see VI. 22, *nom.* in regimen with தப்பினதே. [36] உயிர், *sub. nom.* for *acc.* gov. by பிழைத்து. [37] பிழைத்து, from பிழைக்கிறது, *vin.* i. c. w. நான். [38] தப்பினதே, from தப்புகிறது, *past verbal pagh.* as a *verbal,* in regimen with நான், and, as a *noun, sing. nom.* subject of the *sub. v.* understood; the *emphatic particle* ஏ is added, A. G. S. 144. [39] அதிசேயம், *sub. sing. nom.* predicate of the *sub. v.* understood, the fin. ம் is changed to ந, A. G. S. 31. [40] தான், *emphatic particle.* [41] என்றான், from என்கிறது, *v. past. 3rd pers. sing. masc.* agreeing with மிலைச்சன்.

VII.

To that[1] the Gooroo,[2] saying,[10] "What[5] can we[4] do[6] against the divine mind,[3] we will wait[9] a little[7] time;"[8] they sat down[17] in a flowery grove[16] in the vicinity,[11] which spread,[15] making[14] a dark[12] shade.[13]

[1] அதுக்கு, see V. 1. [2] குருவானவர், see I. 4, i. c. w. என்று. [3] தேவதிருவளத்துக்கு, from தேவதிருவளம், *sub.* comp. of தேவன், and திருவளம், *sing. dat.* [4] நாம், see VI. 22, *pl. nom.* A. G. P. 1 of S. 57. [5] என்ன, *interrog. pron.* used absolutely, A. G. P. 2 of S. 62. [6] செய்வோம், from செய்கிறது, *v. fut.* 1*st pers. pl.* agreeing with நாம், the fin. ம் changed to ந், A. G. S. 31. [7] சற்று, *adj.* [8] நேரம், *sub. sing. nom. absolute*, the fin. ம் changed to ங், A. G. S. 31. [9] காத்திருப்போம், *vin.* காத்து, from காக்கிறது, and இருப்போம், from இருக்கிறது, *comp. v. fut.* 1*st pers. pl.* [10] என்று, used for என, from என்கிறது, A. G. Note to Page 120, *vin.* placed absolutely with குருவானவர். [11] அண்டையில், from அண்டை, *sub. sing. l. abl.* [12] இருண்ட, from இருளுகிறது, *past part.* i. c. w. நிழலை. [13] நிழலை, from நிழல், *sub. sing. acc.* [14] செய்து, see VII. 6, *vin.* i. c. w பூஞ்சோலையில். [15] படர்ந்த, from படருகிறது,

past part. [16] பூஞ்சோலையில், from பூஞ்சோலை, *sub.* comp. of பூ, and சோலை, *sing. l. abl.* [17] உட்கார்ந்தார்கள், from உட்காருகிறது, *v. past 3rd pers. pl.* gov. by அவர்கள், understood.

VIII.

To pass[3] the time[2] there,[1] while[10] each[8] was relating[9] various[6] particulars[7] of this[4] river,[5] he who was called Matti[11] spoke as follows.[12]

[1] அங்கே, *adv.* [2] பொழுது, *sub. sing. nom.* for *acc.* gov. by போக்க. [3] போக்க, from போக்கிறது, *v. infin.* A. G. P. 3 and 4 of S. 73. [4] இந்த, see IV. 1. [5] நதியின், see IV. 2, *vett. togh.* in regimen with விசேஷங்களை. [6] பல, *adj.* [7] விசேஷங்களை, from விசேஷம், *sub. pl. acc.* [8] அவனவன், *r. dem. pron.* repeated in a distributive sense. [9] சொல்லிக்கொண்டுவரும், comp. of *vin.* சொல்லி, from சொல்லுகிறது, *vin.* கொண்டு, from கொள்ளுகிறது, and *fut. part.* வரும், from வருகிறது, A. G. P. 2 of S. 106, *comp. part.* in its *verbal* capacity, agreeing with அவனவன், and, as an *adj.* in regimen with அளவில். [10] அளவில், from அளவு, *l. abl.* A. G. Note in Page 136. [11] மட்டியென்பவன், see VI. 8 and 9. [12] சொன்னதாவது, has the same force as சொன்னது, the termination ஆவது being redundant, A. G. P. 5 of S. 117, from சொல்லுகிறது, *past verbal pagh. neut.* as to its *verbal* capacity, i. c. w. மட்டியென்பவன், and, as a *substantive, nom.* to the *sub. v.* understood.

IX.

"I have heard[12] my[9] Grandfather,[10] many, many[7] times[8] relate,[11] both[4] the cruelty[3] and[6] artfulness[5] of this[1] river.[2]

இந்த, see IV. 1. [2]நதியின், see VIII. 5. [3]குரூரம், *sub.* [4]உம், *cop. conj.* the fin. ம் changed to ந், A. G. S. 31. [5]தந்திரம், *sub.* [6]உம், *cop. conj.* குரூரமும் and தந்திரமும், used in *nom.* for *acc.* under gov. of சொல்ல. [7]பற்பல, *adj.* [8]முறை, *sub. sing. nom.* used elliptically for *pl. l. abl.* [9]என், from நான், see VI. 22, *vett. togh.* [10]பாட்டன், *sub. sing. nom.* placed absolutely with the *infin.* சொல்ல. [11]சொல்ல, from சொல்லுகிறது, *v. infin.* or *vin.* of the *pres.* A. G. P. 1 of S. 94. [12]கேட்டிருக்கிறேன், comp. of *vin.* கேட்டு, from கேட்கிறது, and the *sub. v. pres.* 1*st pers. sing.*

X.

"My[1] Grandfather,[2] it may be,[5] (was) a great[3] Merchant.[4]

[1]என், see IX. 9. [2]பாட்டன், see IX. 10, subject of the *sub. v.* understood. [3]பெரு, *adj.* [4]வியாபாரி, *sub. nom.* predicate of the *sub. v.* understood. [5]ஆகும், from ஆகிறது, *fut. 3rd pers. neut.* used intransitively, A. G. P. 1 of S. 104.

XI.

"One day,[2] as both[9] he[1] himself[8] and[12] his[10] companion,[11] driving[13] two[6] asses[7] laden with[5] salt[3] bags,[4] (and) descending[16] into the mid[14]-river,[15] were coming along;[17] in order to relieve fatigue[27] a little,[26] as it was[25] the summer[23] season,[24] they themselves[28] bathed[29] in the cool[21] water,[22] which was running[20] up to[19] (their) middles,[18] and having halted[32] the asses[30] also,[31] they washed (them).[33]

[1] அவர், *r. dem. pron. masc. sing. nom. hon.* [2] ஒரு நாள், see III. 13 and 14. [3] உப்பு, *sub. vett.* [4] பொதி, *sub. nom.* for *acc.* gov. by ஏற்றின, the in. ப is doubled, A. G. S. 19 and 26. [5] ஏற்றின, from ஏற்றுகிறது, *past part.* i. c. w. கழுதைகளை. [6] இரண்டு, *num. adj.* [7] கழுதைகளை, from கழுதை, *sub. pl. acc.* gov. by ஓட்டிக்கொண்டு. [8] தான், *reflect. pron.* in apposition with அவர். [9] உம், *cop. conj.* [10] தன், from தான், *vett. togh.* [11] கூட்டாளி, *sub. sing. nom.* [12] உம், *cop. conj.* அவர், தான் and கூட்டாளி are conjointly *nom.* to குளிப்பாட்டினார்கள். [13] ஓட்டிக்கொண்டு, comp. of *vin.* ஓட்டி, from ஓட்டுகிறது, and *vin.* கொண்டு, i. c. w. அவர்தானும் தன்கூட்டாளியும். [14] நடு, *adj.* the fin. உ followed by வ், A. G. S. 14. [15] ஆற்றில், see IV. 12, *l. abl.* [16] இறங்கி, from இறங்குகிறது, *vin.* same construction as ஓட்டிக்கொண்டு. [17] வருகையில், *l. abl.* of வருகை, *verbal* from வருகிறது. [18] இடை, *sub. sing. nom.* gov. by மட்டும். [19] மட்டும், properly a *sub.* here used as a *postposition,* A. G. S. 150. [20] ஓடுகிற, from ஓடுகிறது, *pres. part.* i. c. w. தண்ணீரிலே. [21] குளிர்ந்த, from குளிருகிறது, *past part.* [22] தண்ணீரிலே, from தண்ணீர், *l. abl.* [23] கோடை, *sub. vett.* [24] நாள், *sub. sing. nom.* placed absolutely

with the *infin.* ஆகக்கொள்ள. [25] ஆகக்கொள்ள, from ஆகிறது, and கொள்ளுகிறது, *comp. infin.* or *vin.* of the *pres.* used absolutely. [26] சற்று, *adv.* the in. ச doubled, A. G. S. 22. [27] இளைப்பாற, from இளைப்பாறுகிறது, *infin.* gov. by குளித்து. [28] தாங்களும், from தான், *reflect. pron. pl. nom.* coupled by the *conj.* உம், with the *nom.* to குளிப்பாடினார்கள், the in. த doubled, A. G. S. 22, the fin. ம் changed to ங், A. G. S. 31. [29] குளித்து, from குளிக்கிறது, *vin.* i. c. w. தாங்கள். [30] கழுதைகளை, see XI. 7. [31] உம், *cop. conj.* the ம் dropped; it ought rather to have been changed to ந A. G. S. 32, but it seems to be considered as a syllable of the preceding word. [32] நிறுத்தி, from நிறுத்துகிறது, *vin.* i. c. w. தாங்கள். [33] குளிப்பாடினார்கள், from குளிப்பாட்டுகிறது, *past. 3rd pers. pl.* the in. க doubled, A. G. S. 21.

XII.

"Afterwards,[1] when they passed[3,4] to the further bank,[2] they perceived,[23] that[22] the river[7] had eaten[8] all[6] the salt,[5] and,[9] moreover,[10] (that) it had[20] miraculously[17] drawn out[20] and stolen[21] all[19] the salt,[18] without opening[16] in the least[15] the mouths[14] of the gunny bags[13] which were well[11] sewed.[12]

[1] பின்பு, *adv.* [2] அக்கரைக்கு, comp. of அ for அந்த, and கரைக்கு, from கரை, *sub. sing. dat.* [3] சென்று, from செல்லுகிறது, *past part.* i. c. w. இடத்தில், the in. ச doubled, A. G. S. 19. [4] இடத்தில், from இடம், *sub. sing. l. abl.* A. G. Note in Page 163.

[5] உட்டு, *sub. vett.* [6] எல்லாத்தையும், from எல்லாம், *sub. sing. acc.* gov. by தின்றது; for the addition of the particle உம், see A. G. Note in Page 29. [7] ஆறு, see IV. 12, *nom.* to *verbal pagh.* தின்றது, and திருடினது. [8] தின்றது, from தின்கிறது, *past verbal pagh. neut.* [9] உம், *cop. conj.* [10] அல்லாமல், from *defect. v.* அல்ல, *vin.* used *adverbially*, the fin. ல் changed to ன், A. G. S. 37. [11] நன்றாய், *sub.* நன்று, rendered *adverbial* by the addition of the *vin.* ஆய், A. G. P. 4 of S. 104, the in. ந dropped, A. G. S. 37. [12] தைத்திருந்த, *part.* comp. of *vin.* தைத்து, from தைக்கிறது, and the *part.* of the *sub. v.* the in. த doubled, ஆய் being properly a *vin.* in இ, A. G. S. 21. [13] கோணிகை, *sub. vett.* [14] வாயை, from வாய், *sub. sing. acc.* [15] சற்றும், *adv.* the in. ச doubled, A. G. S. 20, the fin. ம் changed to ந, A. G. S. 31. [16] திறவாமல், from திறக்கிறது, *neg. vin.* A. G. P. 1 of S. 75, i. c. w. ஆறு. [17] அற்புதமாய், *sub.* அற்புதம், rendered *adverbial* by the addition of ஆய், see XII. 11. [18] உட்டு, *sub. vett.* [19] எல்லாம், *sub. nom.* for *acc.* the fin. ம் changed to த், A. G. S. 31. [20] சோர்ந்துவெட்டு, *vin.* சோர்ந்து, from சோர்கிறது, and *vin.* வெட்டு, from வெடுகிறது, *comp. vin.* i. c. w. ஆறு. [21] திருடினது, from திருடுகிறது, *past verbal pagh. neut.* agreeing, as a *v.* with ஆறு. [22] ஆக from ஆகிறது, *infin.* joined to திருடினது, with the same force as the *connective vin.* என்று, A. G. P. 2 of S. 117. [23] கண்டார்கள், from காண்கிறது, *v. past. 3rd pers. pl. masc.* the in. க doubled, A. G. S. 22.

XIII.

They[13] rejoiced,[14] saying,[12] 'Ha, ha,[1] since it has seized[4] this[2] salt,[3] indeed it is[5] (*lit.* is it not?) a great[10] blessing[11] that the river[7] has left,[9] without swallowing,[8] us:' "[6] thus[15] spoke[17] Matti.[16]

[1] ஆஆ, *interj.* [2] இந்த, see IV. 1. [3] உப்பை, see XII. 5 [4] பிடுங்கிக்கொண்டிருந்ததினாலே, *comp. vin.* பிடுங்கி, from பிடுங்குகிறது, *vin.* கொண்டு, and இருந்ததினாலே, from இருக்கிறது, *comp. past. verbal pagh. c. abl.* [5] அல்லோ, *defect. v.* அல், with the particle ஓ, having the force of an *emphatic interj.* A. G. P. 4 of S. 142. [6] எங்களை, see VI. 22, *pl. acc.* gov. by விட்டது. [7] ஆறு, *sub. sing. nom.* to the *verbal pagh.* விட்டது. [8] விழுங்காமல், from விழுங்குகிறது, *neg. vin.* i. c. w. ஆறு. [9] விட்டது, see IV. 15, *verbal pagh.* as a *v.* agreeing with ஆறு, as a *noun*, subject of the *sub. v.* understood. [10] மகா *adj.* [11] நன்மை, *sub. sing. nom.* predicate of the *sub. v.* understood. [12] என்று, see I. 2. [13] அவர்கள், see XI. 1, *pl. nom.* [14] சந்தோஷப்பட்டார்கள், from சந்தோஷப்படுகிறது, *v. past. 3rd pers. pl.* [15] என்று, see I. 2. [16] மட்டி, *p. n. sing. nom.* [17] சொன்னான், from சொல்லுகிறது, *v. past. 3rd pers. sing. neut.*

XIV.

Upon that[1] Pēdei[2] began[5] another[3] anecdote.[4]

[1] அதற்கு, see V. 1. [2] பேதையானவன். p. n. see I. 4, *nom.* to துவக்கினான், the in. ப doubled,

A. G. S. 19. [3]மற்றொரு, *adj.* comp. of the *adj.* மற்ற, and the *num. adj.* ஒரு: in this compound we find an exception to the general rules of connection. [4]சேய்தி, *sub. nom.* for *acc.* [5]துவக்கினான், from துவக்கிறது, *v. past. 3rd pers. sing.* agreeing with பேனாதயாளவன்.

XV.

"The stratagems, tricks and deceits[4] which belong[3] to this[1] river,[2] have happened[8] numerously[5] in my[6] day:[7] pray listen.[9]

[1]இந்த, see IV. 1. [2]ஆற்றுக்கு, see IV. 12, *dat.* gov. by உள்ள, used as in *Lat.* "est pro habeo," A. G. S. 47. [3]உள்ள, from the *defect. v.* உண்டு, *past part.* [4]உபாயதந்திரந்திருட்டுக்கள், *subs.* of which the last alone has the *pl.* termination, *nom.* to நடந்தது. [5]மேத்த, *adv.* [6]என், see IX. 9. [7]நாளிலே, see III. 14, *l. abl.* the in. ந is changed to ண, A. G. S. 35. [8]நடந்தது, from நடக்கிறது, *v. past. 3rd pers. neut.* [9]கேட்க, from கேட்கிறது, *infin.* put for *imp.* A. G. P. 2 of S. 96.

XVI.

"Whilst[9] a[1] dog,[2] having snapped up[5] a morsel of mutton,[4] which he had stolen,[3] (was) swimming[8] in the mid[6]-stream,[7] the river[11] deceitfully[10] exhibited[15, 16] in the water[14] another[12] piece of flesh.[13]

[1]ஒரு, see III. 13. [2]நாய், *sub. sing. nom.* to the *verbal pagh.* போகையில். [3]திருடின, from திருடுகிறது, *past part.* [4]ஆட்டுக்கறிக்கண்டத்தை,

sub. comp. of ஆட்டு, *vett. togh.* from ஆடு, கறி, *vett.* and கண்டத்தை, from கண்டம், *sing. acc.* gov. by the *vin.* கவ்விக்கொண்டு. [5] கவ்விக்கொண்டு, comp. of *vin.* கவ்வி, from கவ்வுகிறது, and கொண்டு, see VIII. 9, i. c. w. நாய். [6] see XI. 14. [7] ஆற்றிலே, see XI. 15. [8] நீந்தி, from நீந்துகிறது, *vin.* i. c. w. நாய். [9] போகையில், *sing. l. abl.* (A. G. Note to Page 117) of போகை, *verbal* in ஐ, from போகிறது, as a *v.* in regimen with நாய், the in. ப doubled, A. G. S. 21, the fin. ல் changed to ற், A. G. S. 36. [10] கப்பாக, from கப்பு, *sub.* rendered *adverbial* by the *infin.* ஆக, A. G. P. 3 of S. 97. [11] ஆறு, *nom.* to காட்டினது. [12] வேறொரு, *adj.* comp. of வேறு, and ஒரு. [13] மாம்சத்துண்டு, *sub.* comp. of மாம்சம், and துண்டு, *nom.* for *acc.* gov. by காட்டினது. [14] தண்ணீரிலே, see XI. 22. [15] காட்டினது, from காட்டுகிறது, *v. past. 3rd pers. neut.* agreeing with ஆறு. [16] ஆம், contracted form of ஆகும், *v. fut. 3rd pers. neut.* here used expletively.

XVII.

"With respect to[2] the dog,[1] from its appearing,[9] that[8] what he saw[6] was,[7] without[5] any[3] deceit,[4] the larger;[7] having quitted[12] the piece[11] which he had snapped up,[10] when he dived[16, 15] to snap at[14] the larger one,[13] both that and this[17] disappeared,[18] and[20] the dog[19] went[23] home[22] empty:"[21] (thus) he spoke.[24]

[1] நாய், *sub. sing. nom.* to the *part.* அமிழ்ந்தின, which, with the following *sub.* போது, has the force of a *verb.* [2] ஏவென்றால், comp. of the *particle* ஏ, and the *conj. mood* என்றால், from என்கிறது,

A. G. P. 3 of S. 142. [3] ஒரு, see I. 3. [4] கபடு, *sub. sing. nom.* gov. by the *postposition* இல்லாமல், A. G. P. 3 of S. 102. [5] இல்லாமல், from *defect. v.* இல், *neg. vin.* used as a *postposition*, the fin. ல் changed to ற், A. G. S. 36. [6] கண்டது, see VI. 7, *past verbal pagh. nom.* to the *vineik.* பெரியது. [7] பெரியது, from பெருமை, A. G. S. 125 and 126, in its *verbal* capacity gov. by கண்டது. [8] என்று, see I. 2. [9] தோன்றினதிலே, *l. abl.* (A. G. P. 2 of S. 117) of தோன்றினது, *past verbal pagh.* from தோன்றுகிறது, here used impersonally. [10] கல்வியிருந்த, from கல்வி, see XVI. 5, and இருந்த, *past part.* of the *sub. v.*; *comp. part.* i. c. w. துண்டத்தை. [11] துண்டத்தை, from துண்டம், *sub. sing. acc.* [12] விட்டு, from விடுகிறது, *vin.* i. c. w. நாய். [13] பெரியதை, from பெரியது, see XVII. 7, *acc.* gov. by கவ்வ, the in. வ doubled, A. G. S. 19. [14] கவ்வ, see XVI. 5, *infin.* gov. by அமிழ்நதினபோது, the in. க doubled, A. G. S. 20. [15] அமிழ்நதின, from அமிழ்நதுகிறது, *past part.* as a *v.* agreeing with the *sub.* நாய், as an *adj.* i. c. w. போது. [16] போது, *sub. nom.* put for *l. abl.* used with the *part.* அமிழ்நதின, to denote time; it is more usually employed with the *pres.* or *fut. part.* in this sense, A. G. P. 1 of S. 152. [17] அதுவுமிதுவும், *r.* and *p. dem. pron. sing. neut.* united by the *conj.* உம், repeated. [18] போயிற்று, contracted for போயினது, A. G. P. 4 of S. 66, from போகிறது, *v. past. 3rd pers. neut.* agreeing with the *pron.* அதுவுமிதுவும். [19] நாய், see XVI. 2, *nom.* to சென்றது.

[20] உம், *cop. conj.* [21] வெறுமனே, *adv.* [22] ஊரில், from ஊர், *sub. sing. l. abl.* the fin. ல் changed to ற், A. G. S. 36. [23] சென்றது, from செல்லுகிறது, *v. past. 3rd pers. neut.* [24] என்றன், see VI. 41.

XVIII.

Whilst discoursing[2] thus,[1] they saw[7] a[4] horseman[5] come[6] from the other side.[3]

[1] இப்படி, *adv.* A. G. P. 4 of S. 153. [2] பேசிக்கொண்டிருக்கையில், *v.* comp. of *vin.* பேசி, from பேசுகிறது, *vin.* கொண்டு, see VIII. 9, and இருக்கையில், *l. abl.* of இருக்கை, *verbal* in ஐ, from இருக்கிறது. [3] அக்கரையிலிருந்து, *l. abl.* from அக்கரை, for அந்தக்கரை, and *vin.* இருந்து, from இருக்கிறது; a *phrase*, denoting "motus a loco," A. G. P. 2 of S. 49. [4] ஒரு, see I. 3. [5] குதிரைக்காரனை, from குதிரைக்காரன், *deriv. sub.* from குதிரை, A. G. S. 121, *acc.* gov. by the *v.* கண்டார்கள். [6] வர, from வருகிறது, *infin.* placed absolutely. [7] கண்டார்கள், see VI. 7, *v. past. 3rd pers. pl.* the in. க doubled, A. G. S. 22.

XIX.

As[7] only[4] one[1] span[2] water[3] came[7] running[6] in the river,[5] he,[8] remaining[11] on[10] the horse,[9] without fearing[13] in the least,[12] came[16] hastening,[15] making the noise jala-jala.[14]

[1] ஒரு, see I. 3. [2] சாண், *sub. vett.* i. c. w. தண்ணீர். [3] தண்ணீர், see XI. 22, *nom.* to the *verbal pagh.* வருகிறதினால். [4] மாத்திரம், *adv.* [5] ஆற்

றாலே, see XVI. 7. [6]ஓடி, from ஓடுகிறது, *vin.* i. c. w. தண்ணீர். [7]வருகிறதினால், see XVIII. 6, *verbal pagh.* *c. abl.* A. G. P. 2 of S. 117, as a *v.* agreeing with the *sub.* தண்ணீர். [8]அவன், see XI. 1, *nom.* to வந்தான். [9]குதிரை, *sub. vett.* gov. by the *post-position* மேல். [10]மேல், *postposition*, A. G. P. 2 of S. 147, the fin. ல் and the in. ந of the following word coalesce, to form ன், A. G. S. 35. [11]நின்று, from நில்லுகிறது, *vin.* i. c. w. அவன். [12]சற்றும், see XII. 15. [13]கூசாமல், from கூசுகிறது, *neg. vin.* also i. c. w. அவன், the fin. ல் changed to ற், A. G. S. 36. [14]சலசலவென்று, *a natural, indeclinable word,* coupled with the *connective vin.* என்று, A. G. Note to Page 85. [15]கடுகி, from கடுகிறது, *vin.* i. c. w. அவன். [16]வந்தான், see XVIII. 6, *v. past. 3rd pers. sing. masc.*

XX.

Perceiving[2] this,[1] they[3] began[28] to intreat,[27] saying,[26] "Alack! alack![4] if there were[9] a horse[8] to our[5] Gooroo[6] also,[7] both[11] he,[10] and[15] we[14] approaching[13] him[12] (*i. e.* with him), might descend[19] into the river[18] without[17] fear:[16] Sir,[25] you must,[24] by whatever means,[20] buy[23] a[21] horse.[22]

[1]இதை, from இது, *p. dem. pron. sing. neut. acc.* [2]கண்டு, see VI. 7, i. c. w. இவர்கள், the in. க doubled, A. G. S. 20. [3]இவர்கள், see III. 1, *nom.* to the *v.* துவக்கினார்கள். [4]ஐயையோ, *interj.* [5]எங்கள், see VI. 22. *pl. vett. togh.* [6]குருக்களுக்கு, see I. 4, *pl. hon.* for *sing. dat.* [7]உம், see IX. 4.

[8] குதிரை, see XIX. 9, *sing. nom.* before the *conj. mood* இருந்தால். [9] இருந்தால், from இருக்கிறது, *conj. mood,* A. G. S. 91. [10] அவர், see XI. 1, *nom.* to the *verbal* இறங்கலாம். [11] உம், *cop. conj.* [12] அவரை, see XI. 1, *acc. hon.* gov. by the *vin.* அண்டி. [13] அண்டி, from அண்டுகிறது, *vin.* i. c. w. நாங்கள். [14] நாங்கள், see VI. 22, *pl. nom.* coupled with அவர், by the *conj.* உம் repeated. [15] உம், *cop. conj.* [16] பயம், *sub. sing. nom.* gov. by இல்லாமல். [17] இல்லாமல், see XVII. 5. [18] ஆற்றில், see XVI. 7. [19] இறங்கலாமே, see XI. 16, *verbal* in ல் coupled with the *neut. fut.* ஆமே, from ஆகிறது, A. G. P. 1 of S. 119, the *particle* ஏ is added for the sake of emphasis, A. G. P. 1 of S. 144. [20] எப்படியாகிலும், comp. of the *adv.* of *interrog.* எப்படி, and the *conj.* form of the *v.* ஆகிறது, coupled with the *conj.* உம், having an indefinitely disjunctive signification, A. G. P. 5 of S. 104. [21] ஒரு, see I. 3. [22] குதிரை, XIX. 9, *nom.* for *acc.* [23] வாங்க, from வாங்குகிறது, *infin.* gov. by வேணும். [24] வேணும், from the *defect. v.* வேண்டு, *impers. fut. 3rd pers. neut.* A. G. S. 78. [25] ஐயா, from ஐயன், *sub. sing. voc.* [26] என்று, see I. 2. [27] மன்றாட, from மன்றாடுகிறது, *infin.* [28] துவக்கினார்கள், see XIV. 5, *3rd pers. pl.* gov. by இவர்கள்.

XXI.

The Gooroo Paramārtan,[1] however,[2] saying [7] "We will speak[6] of this[3] matter[4] hereafter,"[5] on account of the approach[11] of the eventide,[10] the day[8] having declined,[9] sent[16] again[12] to examine[15] the river's[13] sleep.[14]

[1] பரமார்த்தகுரு, *sub.* comp. of பரமார்த்தன், see I. 1, and குரு, see I. 4, *nom.* to அனுப்பினார். [2] ஆகிலும், from ஆகிறது, *conjunctive mood*, used as a *disjunctive conj.* [3] இந்த, see IV. 1. [4] செய்தி, see XIV. 4. [5] மேலுக்கு, from மேல், *sub. sing. dat.* A. G. P. 4 of S. 47. [6] பேசுவோம், see XVIII. 2, *v. fut.* 1*st pers. pl.* [7] என்று, see I. 2. [8] பொழுது, *sub. nom.* [9] சாய்ந்து, from சாய்கிறது, *vin.* of the *past*, used absolutely with the *sub.* பொழுது, for *vin.* of the *pres.* or *infin.* [10] அஸ்தமனநேரம், *sub.* comp. of அஸ்தமனம், and நேரம், *nom.* to the *verbal pagh.* கிட்டினதிலே, the fin. ம் changed to ங், A. G. S. 31. [11] கிட்டினதிலே, *c. abl.* of கிட்டினது, *past neut. verbal pagh.* from கிட்டுகிறது, governed, in its *verbal* capacity, by அஸ்தமனநேரம். [12] திரும்ப, see III. 10, *infin.* used *adverbially.* [13] ஆற்று, from ஆறு, see IV. 12. [14] நித்திரை, see IV. 13. [15] சோதிக்க, see IV. 14. [16] அனுப்பினார், from அனுப்புகிறது, *v. past. 3rd pers. sing. hon.*

XXII.

So[1] when[10] Madeiyan,[5] carrying along[6] that[2] very[4] firebrand,[3] (and) plunging it[8] in,[7] examined;[9] perceiving[16] that it did not spirt up[15] in the least,[14] because[13] the fire[12] had been[13] before[11] extinguished,[13] greatly rejoicing[17] and running,[18] he exclaimed,[36] "An opportunity! an opportunity![19] without opening[21] the mouth[20] and without uttering a sound,[22] come[24] quickly:[23] a sound[26] sleeping time[27] hath arrived[28] to the river;[25] there is no[35] necessity[34] now,[29] either[31] to fear[30] or[33] to be alarmed."[32]

[1] அப்படியே, *adv.* A. G. P. 4 of S. 153, the *particle* ஏ added, A. G. P. 1 of S. 144. [2] அந்த, *r. pron. adj.* [3] கோளாளிக்கட்டுனடனய, see V. 9. [4] தானே, an *emphatic affix*, the in. த doubled, A. G. S. 20. [5] மனுஷ்யன், see II. 5, *nom.* to என்றான். [6] கொண்டுபோய், see V. 10. [7] உள்ளே, *sub.* used *adverbially*, A. G. P. 3 of S. 148. [8] தோய்த்து, see V. 18, *vin.* i. c. w. மனுஷ்யன். [9] சோதிக்கும், see IV. 14, *part. fut.* i. c. w. இடத்தில், the in. ச doubled, A. G. S. 19. [10] இடத்திலே, see XII. 4. [11] ஏன், *adv.* [12] தீ, see V. 5, *nom.* to the *verbal pagh.* அடைந்ததினாலே, the in. த changed to ற, A. G. S. 33. [13] அடைந்ததினாலே, *c. abl.* of the *past verbal pagh.* அடைந்தது, from அடைகிறது. [14] சற்றும், see XII. 15. [15] கிளம்பாததை, *acc. sing.* of கிளம்பாதது, from கிளம்புகிறது, *neg. verbal pagh.* A. G. S. 113, gov. by கண்டு. [16] கண்டு, see VI. 7, i. c. w. மனுஷ்யன். [17] களிகூர்ந்து, from களிகூருகிறது, *vin.* i. c. w. மனுஷ்யன். [18] ஓடி, see VI. 13, i. c. w. மனுஷ்யன். [19] சனமயத்சனமயம், *reiterative comp.* of exclamation, the in. ச doubled, A. G. S. 21. [20] வாய், *sub. nom.* for *acc.* gov. by வடைடாது. [21] வடைடாது, see IV. 15, *neg. vin.* i. c. w. நீங்கள், understood. [22] சத்தப்படாது, from சத்தப்படுகிறது, comp. of சத்தம், and படுகிறது, *neg. vin.* i. c. w. நீங்கள், understood. [23] சுறுக்காய், from சுறுக்கு, *sub.* ren-

dered *adverbial* by the *vin.* ஆய், see XII. 11. [24] பாருங்கோள், see XVIII. 6, *imp. 2nd pers. pl.* A. G. P. 1 of S. 68. [25] ஆற்றுக்கு, see XV. 2. [26] நல்ல, *adj.* [27] சோத்தியநேரம், *sub.* comp. of சோத்தியம், and நேரம், *nom.* to ஆயிற்று. [28] ஆயிற்று, from ஆகிறது, *v. past. 3rd pers. sing. neut.* [29] இப்பொழுது, *adv.* [30] வுத்த, from வுத்தசுகிறது, *v. infin.* gov. by the *sub.* தேவை. [31] உம், *cop. conj.* the fin. ம் changed to ங், A. G. S. 31. [32] கூட, XIX. 13, *infin.* coupled, by the *conj.* உம் repeated, with the *infin.* வுத்த. [33] உம், *cop. conj.* [34] தேவை, *sub. sing. nom.* i. c. w. *defect. v.* இல்லை. [35] இல்லை, *defect. v.* A. G. S. 80. [36] என்றான், see VI. 41.

XXIII.

Madeiyan[3] shouting forth[4,5] this[1] good news,[2] the whole six,[12] having[8] all[6] quickly[7] arisen,[8] without[11] saying[10] kima,[9] carefully[13] descended[15] into the river.[14]

[1] இந்த, see IV. 1. [2] நன்மையை, from நன்மை, *sub. sing. acc.* gov. by சொல்ல. [3] மடையன், see XXII. 5, placed absolutely, with the *infin.* கூப்பிட. [4] சொல்ல, VIII. 9, *vin.* i. c. w. மடையன். [5] கூப்பிட, from கூப்பிடுகிறது, *v. infin. absolute*, the in. க doubled, A. G. S. 21. [6] எல்லாரும், *deriv. noun*, A. G. Note in Page 29, *pl. nom.* to இறங்கினார்கள், the fin ம் changed to ந, A. G. S. 31. [7] திடீரென்று, *natural word*, with the *connective vin.* என்று, see XIX. 14. [8] எழுந்து, from எழுகிறது, *vin.* i. c. w. எல்லாரும். [9] கிமா, *natural word.* [10] என்பார், from என்கிறது,

neut. verbal pagh. A. G. S. 113, *masc. pl. nom.* in apposition with எல்லாரும். [11] இன்றி, from the *defect. v.* இல், *vin.* here used as a *particle* of *negation.* [12] அறவோரும், see III. 2, *nom. pl.* in apposition with எல்லாரும். [13] பதலமாக, from *sub.* பதலம், with *infin.* ஆக, see II. 8. [14] ஆற்றில், XI. 15. [15] இறங்கினார்கள், see XI. 16, *v. past. 3rd pers. pl.*

XXIV.

At each[11] footstep[12]—which was placed[10] in such a manner, that[9] even[4] the waves[3] which were beaten up[2] by the feet[1] gave forth no[8] sound,[7] as it were[6] *jala-jala*[5]—having taken[16] and lifted[17] (their) legs[13] over[15] the water,[14] and having planted[19] and pressed them down[20] beyond,[18] with hearts beating,[22, 23] as it were *toonookoo,*[21] tripping along,[24] they passed[26] the river.[25]

[1] காலால், from கால், *sub. sing.* for *pl. i. abl.* [2] அடிபட்ட, from அடிபடுகிறது, *past part. nominal comp. v.* A. G. S. 107. [3] அலைகள், from அலை, *sub. nom. pl.* to the *part.* இடாத. [4] முதலாய், *sub.* முதல், with ஆய், see XII. 11. [5] சலசல, see XIX. 14, the in. ச doubled, A. G. S. 21. [6] என்னும், from என்கிறது, *part. fut.* i. c. w. சத்தம், the fin. ம் changed to த், A. G. S. 31. [7] சத்தம், *sub. sing. nom.* for *acc.* gov. by இடாத. [8] இடாத, from இடுகிறது, *neg. part.* i. c. w. படிக்கு, as a *v.* gov. by the *sub.* அலைகள். [9] படிக்கு, from படி, *sub. sing. dat.* expressive of the end, A. G. P. 2 of S. 153. [10] வைத்த, from வைக்கிறது, *past part.* i. c. w. அடிக்கு. [11] ஒவ்வொரு, *adj.* ஒரு repeated in a distributive sense, A. G. S. 135. [12] அடிக்கு,

from அடி, *sub. sing. dat.* [13] காலை, see XXIV. 1, *acc.* gov. by எடுத்து, the in. க doubled, A. G. S. 19. [14] தண்ணீர், see XI. 22, *nom.* gov. by the *postposition,* மேல், the in. த doubled, A. G. S. 20. [15] மேல், *postposition,* A. G. S. 147. [16] எடுத்து, from எடுக்கிறது, *vin.* i. c. w. அவர்கள், understood. [17] தூக்கி, from தூக்கிறது, *vin.* i. c. w. அவர்கள், understood, the in. த doubled, A. G. S. 19. [18] அப்பால், *adv.* A. G. S. 154, the fin. ல் is changed to ற், A. G. S. 36. [19] பேர்த்து, from பேர்க்கிறது, *vin.* i. c. w. அவர்கள், understood. [20] ஊன்றி, from ஊன்றுகிறது, *vin.* i. c. w. அவர்கள், understood. [21] துணுக்கென, the *natural word* துணுக்கு used *adverbially,* with the *infin.* என, A. G. S. 99. [22] நெஞ்சம், *sub. sing. nom.* placed absolutely, with the *infin.* பதைக்க. [23] பதைக்க, from பதைக்கிறது, *v. infin.* placed absolutely with the *sub.* நெஞ்சம். [24] தாண்டித்தாண்டி, from தாண்டுகிறது, *vin.* repeated i. c. w. அவர்கள், understood, the in. த doubled, A. G. S. 22. [25] நதியை, see IV. 2, *acc.* [26] கடந்துபோனார்கள், *v.* comp. of *vin.* கடந்து, from கடக்கிறது, and போனார்கள், from போகிறது, *past. 3rd pers. pl.* agreeing with அவர்கள், understood, the in. க doubled, A. G. S. 20.

XXV.

As soon as they mounted,[3] on reaching (or, having reached)[2] the bank,[1] whilst[9] they were jumping about[8] rejoicing[7] in proportion[6] to the sorrow[5] suffered,[4] he named[13] Mōodan,[12] who stood[11] in the rear,[10] without including[15] himself,[14] counted[17] the others.[16]

[1] கரை, see III. 20, *nom.* for *acc.* [2] சென்று, see III. 21, *vin.* i. c. w. அவர்கள், understood. [3] ஏறின வுடனே, comp. of ஏறின, *past part.* from ஏறுகிறது, and உடனே, see VI. 1 and 2. [4] பட்ட, from படுகிறது, *past part.* [5] சஞ்சலத்துக்கு, from சஞ்சலம், *sub. sing. dat.* gov. by the *postposition* உளவாக். [6] உளவாக, *sub.* உளவு, with *infin.* ஆக, A. G. P. 3 of S. 151. [7] மகிழ்ந்து, from மகிழ்கிறது, *vin.* i. c. w. அவர்கள், understood. [8] துளாவிக்கொண்டிருக்கிற, *part.* comp. of *vin.* துளாவி, from துளாவுகிறது, *vin.* கொண்டு, and the *pres. part.* of the *sub. v.* i. c. w. போது. [9] போது, see XVII. 16, A. G. P. 1 of S. 152. [10] பிந்தி, from பிந்துகிறது, *vin.* i. c. w. மூடன். [11] நின்று, from நிற்கிறது, *past part.* [12] மூடன், see II. 5, *nom.* to எண்ணினான். [13] என்பவன், see VI. 9. [14] தன்னை, see XI. 8, *acc.* the in. த changed to ற, A. G. S. 33. [15] கூட்டாமல், from கூட்டுகிறது, *neg. vin.* i. c. w. மூடன், the in. க் doubled, A. G. S. 20, the fin. ல் might have been changed to ன், A. G. S. 37. [16] மற்றவர்களை, from மற்றவன், *derivative* from the *adj.* மற்ற, *pl. acc.* [17] எண்ணினான், from எண்ணுகிறது, *v. past. 3rd pers. sing. masc.* agreeing with மூடன்.

XXVI.

From perceiving,[4] as he counted,[1] only[3] five persons,[2] he gave[17] a cry,[16] saying,[15] "Alas! alas![5] one person[6] is gone[8] with the stream;[7] behold,[9] we remain[13] only[12] five[10] persons,[11] Sir."[14]

[1] எண்ணினவிடத்தில், see XII. 3 and 4. [2] ஐவர், see II. 7, *nom.* for *acc.* gov. by கண்டதினாலே. [3] மாத்திரம், *sub.* used *adverbially*, A. G. P. 2 of S. 151, the fin. ம் changed to ங், A. G. S. 31. [4] கண்டதினால், *c. abl.* of கண்டது, see XVII. 6, as a *v.* gov. by மூடன், understood. [5] அப்பப்பா வப்பப்பா, *interj.* repeated. [6] ஒருவன், *num. deriv.* A. G. P. 1 of S. 136, *nom.* to போனானே. [7] ஆற்றோடே, see IV. 12, *sub. s. abl.* [8] போனானே, from போகிறது, *v. past. 3rd pers. sing. masc.* the *particle* ஏ *emphatic.* [9] இதோ, *interj.* [10] ஐந்து, *num. adj.* [11] பேர், *sub. sing. nom.* in apposition with நாம், understood. [12] மாத்திரம், see XXVI. 3, the final ம் might have been dropped, according to A. G. S. 32. [13] நிற்கிறோம், XXV. 11, *v. pres. 1st pers. pl.* agreeing with நாம், understood. [14] ஐயா, see XX. 25. [15] என்று, see II. 1. [16] அபயம், *sub. nom.* for *acc.* gov. by இட்டான். [17] இட்டான், from இடுகிறது, *v. past. 3rd pers. sing. masc.*

XXVII.

Having placed[3] them all[1] in order,[2] the Gooroo[8] himself,[9] on examining[11] the account[10] two[4] times,[5] (or) three[6] times,[7] since he[17] always[12] added[16] the account,[15] omitting[14] himself,[13] pronounced,[20] "We remain but[19] five persons."[18]

[1] எல்லாரையும், see XXIII. 6, *acc.* gov. by நிறுத்தி. [2] வரிசையாய், *sub.* வரிசை, with *vin.* ஆய், see XII. 11. [3] நிறுத்தி, see XI. 32, i. c. w. ஒரு. [4] இரு, *num. adj.* A. G. P. 3 of S. 134. [5] முறை, *sub. sing.* for *pl. nom.* implying time. [6] மூ, *num. adj.* A. G. P. 4 of S. 134. [7] முறை, see XXVII. 5. [8] ஒரு, see I. 4, *nom.* to என்றார். [9] தானே, see XI. 8, *nom.* in apposition with the *sub.* ஒரு. [10] கணக்கு, *sub. sing. nom.* for *acc.* [11] பார்க்க, from பார்க்கிறது, *infin.* or *vin.* of the *pres.* here used for *vin.* of the *past,* i. c. w. ஒரு. the in. ப doubled, A. G. S. 19. [12] எப்போதும், *adv.* A. G. P. 2 of S. 152, also P. 6 of S. 140, the fin. ம் is changed to ந, A. G. S. 31. [13] தன்னுள், see XXV. 14. [14] நீக்கி, from நீக்கிறது, *vin.* i. c. w. ஒரு. [15] கணக்கு, see XXVII. 10, *nom.* for *acc.* in. க doubled, A. G. S. 21. [16] எற்றின, from எற்றுகிறது, *past part.* i. c. w. படியில். [17] படியில், from படி, *sub. sing. c. abl.* A. G. P. 3 of S. 153. [18] ஐவர், see XXVI. 2, *pl. nom.* in apposition with நாம், understood. [19] மாத்திரம்நிற்கிறேம், see XXVI. 12 and 13. [20] என்றார், see VI. 41, *hon.*

XXVIII.

Thus,[1] as[8] each[2] leaving out[4] (and) omitting[5] himself,[3] added together[8] only[7] the others,[6] that[11] the river[10] had swallowed[11] one,[9] became[15] a certainty[14] among[13] them.[12]

[1] அப்படி, *adv.* A. G. P. 4 of S. 153. [2] அவனவன், see VIII. 8. [3] தன்னுள், see XXV. 14. [4] விட்டு, see IV. 15, i. c. w. அவனவன். [5] ஒழிந்து, from

ஒழுகிறது, *vin.* i. c. w. அவனவன். [6]அவர்களை, see XIII. 13, *acc.* gov. by கூட்டினதினாலே. [7]மாத்திரம், see XXVI. 3. [8]கூட்டினதினாலே, c. *abl.* of கூட்டினது, *past verbal pagh. neut.* from கூட்டுகிறது, as a *v.* gov. by அவனவன். [9]ஒருத்தரை, from ஒருத்தன், *num. deriv,* A. G. P. 1 of S. 136, *acc.* gov. by விழுங்கினது. [10]ஆறு, see IV. 12, *nom.* [11]விழுங்கினது, see XIII. 8, *past neut. verbal pagh.* as a *v.* agreeing with ஆறு, as a *noun, nom.* subject to the *sub. v.* ஆயிற்று. [12]தங்களுக்கு, see XI. 28, *dat.* gov. by the *postposition,* உள்ளே. [13]உள்ளே, *postposition,* A. G. P. 2 of S. 148. [14]நிச்சயம், *sub. nom.* attribute to the *sub. v.* ஆயிற்று. [15]ஆயிற்று, see XXII. 28.

XXIX.

Upon this[1] bewailing,[4] as it were *koo-koo,*[3] (and) weeping,[6] as it were *gho,*[5] among[8] themselves,[7] one[9] embracing[11] another,[10] they[2] exclaimed,[81] " O cruel[12] river:[13] more obdurate[15] than a block,[14] more fierce[17] than a tiger;[16] wretch,[29] hast thou not feared,[28] even a little,[27] to swallow[26] the disciple[25] of the Gooroo Paramārtan,[24] who is saluted,[19] respected,[20] worshipped[21] and praised[22, 23] from the beginning to the end of the world?[18] Is there[33] such a[31] mighty[32] heart[33] to you,[30] son[36] of a black[34] block,[35] offspring[39] of a cruel[37] tiger?[38] Shalt thou[40] exist[42] in a future world;[41] hereafter[43] shalt thou roll along[46, 47] cool[44] water?[45] May thy[48] source[49] be totally[50] dried up[51] and scorched![52] may the glare[56] dart[57] upon the sand[55] of thy bed![53, 54] may fire[60] devour[61] thy[58] waves![59] may thy[62] meadows[63] be parched[64] and withered![65] may thy[66] depths[67] be filled[69] with thorns![68] Hereafter,[70] without[72] moisture,[71] without[74] coolness,[73] without[78] a vestige[77] of the place[76] where thou didst exist,[75] mayest thou be consumed away."[79, 80]

[1] அதுக்கு, see VII. 1. [2] அவர்கள், see XIII. 13, *nom.* to என்றார்கள். [3] கூகூவென்று, a *natural word*, with என்று, see XIX. 14. [4] அலறி, from அலறுகிறது, *vin.* i. c. w. அவர்கள். [5] கோவென்று, see XXIX. 3. [6] அழுது, from அழுகிறது, *vin.* i. c. w. அவர்கள். [7] தம், from தான், *reflect. pron. pl. vett. togh.* gov. by the *postposition*, உள், the fin. ம் doubled, A. G. S. 16. [8] உள், *postposition*, A. G. P. 2 of S. 148, the fin. ள் is doubled, A. G. S. 16. [9] ஒருவன், see XXVI. 6, *sing. nom.* placed absolutely with கட்டிக்கொண்டு. [10] ஒருவனை, *acc.* [11] கட்டிக்கொண்டு, comp. of *vin.* கட்டி, from கட்டுகிறது, and கொண்டு, see XI. 13, *past*, put for *pres. vin.* or *infin.* placed absolutely with ஒருவன். [12] நெஊழட்டுர, *adj.* [13] நதியே, see IV. 2, *voc.* [14] கறட்டினும், from கறடு, *sub. vett. togh.* with the *particle* உம் affixed, which is a usual mode of expressing comparison, the fin. ம் changed to ங், A. G. S. 31. [15] கடிதே, from கடுமை, *vineik.* A. G. P. 1 of S. 122. *voc.* [16] புலயனும், from புலை, see XXIX. 14. [17] கொடிதே, from கொடுமை, see XXIX. 15. [18] லோகாத்தியநதம், *sub.* used *adverbially.* [19] வணங்கி, *vin.* from வணங்குகிறது. [20] வாழ்த்தி, *vin.* from வாழ்த்துகிறது. [21] பணிந்து, *vin.* from பணிகிறது, the in. ப doubled, A. G. S. 21: these three *vineiyechchams*, according to the usual method of forming a *comp. verb* in *Tamul*, are

united with the following *part.* புகழ்ப்படும். [22,23]புகழ்ப்படும், *fut. part. passive voice,* comp. of புகழ, *infin.* from புகழுகிறது, and படும், *fut. part.* from படுகிறது, A. G. S. 76, i. c. w. பரமாற்தகுருவின், the in. ப doubled, A. G. S. 22. [24]பரமாற்தகுருவின், *sub. vett. togh.* i. c. w. சீஷனை. [25]சீஷனை, see III. 5, *sing. acc.* [26]விழுங்க, see XIII. 8, *v. infin.* i. c. w. அஞ்சாதேபோனாயோ. [27]சற்றும், see XII. 15. the in. ச doubled, A. G. S. 22. [28]அஞ்சாதேபோனாயோ, *neg. v.* comp. of *neg. vin.* அஞ்சாதே, from அஞ்சுகிறது, A. G. P. 3 of S. 101, and *v.* போனாயோ, from போகிறது, *past. 2nd pers. sing.* the *particle* ஓ is added, to denote doubtful interrogation, A. G. P. 1 of S. 142. [29]அடா, *interj.* [30]உனக்கு, from from நீய், *pers. pron. sing. dat.* [31]அத்தனை, *adj.* [32]பெரிய, *adj.* [33]நெஞ்சோ, *sub.* நெஞ்சு, with the *part.* of *interrog.* ஓ, *sing. nom.* to the *sub. v.* understood, A. G. S. 87. [34]கரும், from கருமை, *adj.* the fin. ம் changed to ங், A. G. S. 31. [35]கறட்டு, from கறடு, *vett. togh.* i. c. w. மகனே. [36]மகனே, from மகன், *sub. sing. voc.* [37]கொடும, from கொடுமை, *adj.* [38]வேங்கை, *sub. vett.* i. c. w. பிறப்பே. [39]பிறப்பே, from பிறப்பு, *sub. sing. voc.* [40]நீய், see XXIX. 30, *nom.* to ஆவாயோ. [41]இனிலோகத்தில், from இனிலோகம், *sub. sing. l. abl.* [42]ஆவாயோ, from ஆகிறது, *v. fut. 2nd pers. sing.* the *particle* of *interrog.* ஓ is added. [43]இனி, *adv.* [44]குளம், from குளமை, *adj.* [45]புனலை, from புனல், *sub. sing. acc.* [46]உருட்டி, from உருட்டுகிறது, *vin.* i. c. w. நீய், understood.

[47] போவாயோ, from போகிறது, see XXIX. 41, the in. ப doubled, A. G. S. 21. [48] உன், see XXIX, 30, *vett.* i. c. w. ஊற்று, the fin. ன் doubled, A. G. S. 16. [49] ஊற்று, *sub. sing. nom.* placed absolutely with the *infin.* காய, in an imprecative sense. [50] முழுதும், *adv.* [51] வற்ற, from வற்றுகிறது, *vin.* i. c. w. ஊற்று. [52] காய, from காய்கிறது, *v. infin.* placed absolutely with ஊற்று, the in. க doubled, A. G. S. 21. [53] உன், see XXIX. 48. [54] அடி, *sub. vett.* i. c. w. மணலிலே. [55] மணலிலே, from மணல், *l. abl.* [56] காணல், *sub. nom.* see XXIX. 49. [57] பாய, *infin.* from பாய்கிறது. [58] உன். [59] அலைகளை, see XXIV. 3, *pl. acc.* [60] அக்கினி, *sub. nom.* [61] மேய, *infin.* from மேய்கிறது. [62] உன். [63] வயறு, *sub. sing.* [64] அழன்று, from அழலுகிறது, *vin.* i. c. w. வயறு. [65] வறள, *infin.* from வறளுகிறது. [66] உன். [67] பள்ளம், *sub. nom.* [68] முள்ளாலே, from முள்ளு, *c. abl.* [69] நிரம்ப, *infin.* from நிரம்புகிறது. [70] இனி, see XXIX. 43. [71] ஈரம், *sub. nom.* gov. by the *postposition* இன்றி. [72] இன்றி, *vin.* used as a *postposition*, A. G. P. 3 of S. 102. [73] குளுமை, *sub. nom.* the in. க doubled, A. G. S. 21. [74] இன்றி, see XXIX. 72. [75] நின்ற, see XXV. 11. [76] இடத்து, see XII. 4, *vett. togh.* [77] அடையாளம், *sub. nom.* [78] இன்றி. [79] வெந்து, from வேகிறது, *vin.* i. c. w. நீய், understood. [80] கிடக்க, from கிடக்கிறது, *v. infin.* placed absolutely, in an imprecative sense, with நீய், understood. [81] என்றர்கள், see VI. 41. *pl.* agreeing with அவர்கள்.

XXX.

Thus[1] did they chatter[8] all sorts of[2] abuse and railing,[3] stretching forth[5] (their) hands[4] and cracking[7] (their) fingers.[6]

[1] இப்படி, see XVIII. 1. [2] பற்பல, see IX. 7. [3] வசையுநிந்தையும், *subs. sing. nom.* for *acc.* united by the *cop. conj.* உம், repeated, and gov. by பிதற்றிக் கொண்டிருந்தார்கள்; the usual change of the nasals, A. G. S. 31. [4] கை, *sub. sing.* for *pl. nom.* for *acc.* [5] நேறித்து, from நேறிக்கிறது, *vin.* i. c. w. அவர்கள், understood. [6] விரல், *sub. sing.* for *pl. nom.* for *acc.* [7] முறுக்கி, *vin.* from முறுக்குகிறது, i. c. w. அவர்கள், understood. [8] பிதற்றிக்கொண்டிருந்தார்கள், *v.* comp. of *vin.* பிதற்றி, from பிதற்றுகிறது, *vin.* கொண்டு, and *sub. v. past. 3rd pers. pl.*

XXXI.

Nevertheless,[1] from hasty[2] stupidity,[3] no one knew,[11, 12] up to[5] that time,[4] that[10] such a one[9] among them[6] had gone[8] with the river,[7] nor enquired[16] as to[15] who[14] that[13] (person might be).

[1] ஆகிலும், from ஆகிறது, *conjunctive mood,* with the *particle* உம், here used as a *disjunctive conj.* A. G. P. 5 of S. 104. [2] பதறின, from பதறுகிறது, *past part.* [3] மிலேச்சத்தனத்தினால், from மிலேச்சத்தனம், *sub. sing. c. abl.* the affix தனம், has an abstractive force; as மிலேச்சன், "a fool," மிலேச்சத்தனம், "folly:" also, like the English affix *ness,* it changes *adjs.* into *subs.* denoting state or quality; as

சின்ன, "little *or* mean," சின்னத்தனம், "littleness *or* meanness." [4]அநநேரம், *sub.* comp. of the *ind.* letter அ and நேரம், A. G. P. 1 of S. 60, *sing. nom.* gov. by the following *postposition*, the fin. ம் is dropped, A. G. S. 32. [5]மட்டும், *sub.* used as a *postposition,* A. G. S. 150, the fin. ம் changed to ந, A. G. S. 31. [6]தங்களுக்குள், see XXVIII. 12 and 13, the fin. ள் doubled, A. G. S. 16. [7]ஆற்றேடே, see XXVI. 7. [8]போனவன், from போகிறது, *past verbal pagh. masc.* A. G. P. 1 of S. 113, *nom.* subject of the *sub. v.* understood. [9]இன்னான், from the *pron. adj.* இன்ன, *nominal pagh.* A. G. P. 1 of S. 122, *sing. nom.* predicate of the *sub. v.* understood. [10]என்று, see II. 1. [11]ஒருவன், see XXVI. 6. [12]அறியவுமில்லை, *def. v.* இல்லை, used with the *infin.* அறிய, from அறிகிறது, to form a general *neg.* applicable according to the context, to any *tense, person, gender* or *number*, A. G. P. 1 of S. 102, the *cop. conj.* உம் is interposed. [13]அவன், see XIX. 8, *nom.* subject of the *sub. v.* understood. [14]எவன், *interrog. pron. masc.* A. G. P. 1 of S. 59, *sing. nom.* predicate to the *sub. v.* understood. [15]என்று, see II. 1. [16]விசாரிக்கவுமில்லை, from விசாரிக்கிறது, same analysis as XXXI. 12.

XXXII.

At that juncture,[1] one,[4] a sensible person,[3] who was a traveller,[2] approaching[5] and feeling compassion,[6] asked[15] thus:[14] "How![7] Sir,[8] how![9] what[12] (is) the misfortune[11] which has happened?[10] say (ye).[13]

¹ உத்தறுவாயிலே, from உத்தறுவாய், comp. of the *ind.* letter உ, A. G. P. 1 of S. 60, and the *sub.* தறுவாய், *l. abl.* implying time, A. G. P. 4 of S. 49. ² வழிப்போக்கனாக, comp. of *sub.* வழி, and *sub.* போக்கன், with the *infin.* ஆக, see II. 8. ³ புத்திமான், *sub. sing. nom.* to கேட்டான், the in. ப doubled, A. G. S. 22. ⁴ ஒருவன், see XXVI. 6, in apposition with புத்திமான் ⁵ சென்று, see XXV. 2, i. c. w. புத்திமான். ⁶ மனதிரங்கி, from மனதிரங்கிறது, *nominal v.* comp. of *sub.* மனது, and *v.* இரங்கிறது, *vin.* i. c. w. புத்திமான். ⁷ ஏது, *adv.* ⁸ ஐயா, see XX. 25. ⁹ ஏது, *adv.* ¹⁰ வந்த, see III. 12, *past part.* ¹¹ துரிதம், *sub. sing. nom.* subject of the *sub. v.* understood. ¹² என்ன, *interrog. pron. adj.* used absolutely, as the predicate of the *sub. v.* understood. ¹³ சொல்லுங்கோள், see VIII. 12, *v. imp. mood, 2nd pers. pl.* A. G. P. 1 of S. 68. ¹⁴ என்று, see II. 1. ¹⁵ கேட்டான், see XV. 9, *v. past. 3rd pers. sing. masc.* agreeing with புத்திமான்.

XXXIII.

And as they related[1,4] in order[2] what had happened,[3] he[5] perfectly[8] perceiving[9] their[6] folly,[7] said,[30] "All[12] that hath taken place[11] heretofore[10] hath happened;[13] if[19] ye[14] will make[18] me[15] a suitable[16] recompense,[17] there is[26] power[25] to me[24] to call[23] hither[22] him who is gone[21] with the river;[20] rest assured,[29] (I am) very[27] learned in arts.[28]

¹ அவர்களும், see XIII. 13, *nom.* placed absolutely with the *infin.* சொல்ல, the *cop. conj.* உம் is added.

[2] ஒழுங்குபட, the *sub.* ஒழுங்கு, rendered *adverbial* by the *infin.* பட, from படுகிறது, A. G. P. 6 of S. 96. [3] நடந்ததை, *sing. acc.* of நடந்தது, *neut. past. verbal pagh.* from நடக்கிறது. [4] சொல்ல, see VIII. 12, *v. infin.* placed absolutely with அவர்கள், the in. ச doubled, A. G. S. 20. [5] அவன், see XIX. 8, *nom.* to என்றான். [6] இவர்கள், see XX. 3, *vett.* i. c. w. the following word. [7] மிலைச்சத்தனத்தை, see XXXI. 3, *acc.* gov. by கண்டுகொண்டு. [8] நன்றாய், see XII. 11. [9] கண்டுகொண்டு, comp. of *vin.* கண்டு, see VI. 7, and கொண்டு, see XI. 13 and XVI. 5, *vin.* i. c. w. அவன். [10] முன், *adv.* the fin. ன் doubled, A. G. S. 16. [11] ஆனது, from ஆகிறது, *neut. past verbal pagh. nom.* to ஆபத்து. [12] எல்லாம், see XII. 19, *nom.* in apposition with ஆனது, A. G. Note in Page 29. [13] ஆபத்து, XXII. 28. [14] நீங்கள், see XXIX. 40, *pl. nom.* to செய்வீர்கள். [15] எனக்கு, see VI. 22, *dat.* [16] ஒத்த, from *def. v.* ஒக்கும், *past part.* [17] வெகுமானத்தை, from வெகுமானம், *sub. sing. acc.* [18] செய்வீர்கள், see II. 4, *v. fut. 2nd pers. pl.* agreeing with நீங்கள், the in. ச doubled, A. G. S. 20. [19] ஆனால், from ஆகிறது, *conjunctive* form of the *v.* A. G. P. 1 of S. 91. [20] ஆற்றோடே, see XXVI. 7. [21] போனவனை, see XXXI. 8, *acc.* gov. by அழைப்பிக்க. [22] இங்கே, *adv.* [23] அழைப்பிக்க, from அழைப்பிக்கிறது, *v. infin.* gov. by திராணியுண்டு. [24] எனக்கு, see XXXIII. 15, gov. by உண்டு, see XV. 2. [25] திராணி, *sub. sing. nom.* to உண்டு, the in. த doubled, A. G. S. 19. [26] உண்டு, from the root

உளர், *v. def.* [27] வேறு, *adj.* [28] வித்தைபடித்தவன், comp. of the *sub.* வித்தை, and படித்தவன், *past verbal pagh. masc.* from படிக்கிறது, *sing. nom.* to the *sub. v.* understood. [29] ஆக்கும், see X. 5. [30] என்றான், see XVII. 24.

XXXIV.

To that,[1] the Gooroo[2] rejoicing,[3] replied,[13] "If[6] thou[4] wilt do[6] thus,[5] we will give[12] thee[11] forty-five[9] fanams,[10] which were kept[8] for the journey."[7]

[1] அதுக்கு, see VII. 1. [2] குருவானவர், *nom.* to the *v.* என்றார், see VII. 2. [3] சந்தோஷப்பட்டு, see XIII. 14, *vin.* i. c. w. குருவானவர். [4] நீய், see XXIX. 40, *nom.* to the *conjunctive* form செய்தால். [5] இப்படி, see XVIII. 1. [6] செய்தால், see II. 4, *conjunctive* form, A. G. P. 1 of S. 91. [7] வழிக்கு, see III. 8, *dat.* [8] வைத்திருந்த, *part.* comp. of *vin.* வைத்து, from வைக்கிறது, and the *past part.* இருந்த, from இருக்கிறது, i. c. w. பணம். [9] நாற்பத்தஞ்சு, *num. adj.* [10] பணமும், *sub. sing.* for *pl. nom.* for *acc.* gov. by தருவோம்; *neuter nouns* are always placed in the *sing.* instead of the *pl.* when preceded by a *num. adj.*; the *particle* உம் added to denote totality. [11] உனக்கே, see XXIX. 30, the *particle* ஏ is added for the sake of emphasis. [12] தருவோம், from தருகிறது, *v. fut.* 1*st pers. pl.* A. G. S. 110, the in. த doubled, A. G. S. 18. [13] என்றார், see XXVII. 20.

XXXV.

And[2] he,[1] brandishing[5] a stick[4] which he bore in (his) hand,[3] said,[29] "In this[6] to be sure[7] this[8] art[9] is contained;[10] if[24] ye,[11] having placed yourselves[13] in a row,[12] on receiving[19] by this[14] stick[15] a[17] blow[18] upon the back,[16] each[20] telling[23] his[21] name,[22] will continue counting,[24] I will cause[28] all six persons[25] to be arrived[27] here."[26]

[1] அவன், see XXXIII. 5. [2] உம், *cop. conj.* the fin. ம் changed to ங், A. G. S. 31. [3] கையிலேந்தின, see V. 7 and 8. [4] தடியை, from தடி, *sub. sing. acc.* [5] ஓங்கி, from ஓங்குகிறது, *vin.* i. c. w. அவன். [6] இதிலே, see XX. 1, *l. abl.* [7] ஆக்கும், A. G. P. 1 of S. 104. [8] இந்த, see IV. 1. [9] வித்தை, *sub. sing. nom.* to ஒட்டியிருக்குது. [10] ஒட்டியிருக்குது, comp. of the *vin.* ஒட்டி, from ஒட்டுகிறது, and the *sub. v. pres. 3rd pers. neut.* [11] நீங்கள், see XXXIII. 14. [12] நிரைநிரையாய், *sub.* நிரை repeated, with the *vin.* ஆய், see XII. 11. [13] இருந்து, from இருக்கிறது, *vin.* i. c. w. நீங்கள். [14] இந்த, see IV. 1. [15] தடியால், see XXXV. 4, *c. abl.* the in. த doubled, A. G. S. 24. [16] முதுகில், from முதுகு, *sub. sing. l. abl.* [17] ஓர், see III. 18. [18] அடி, *sub. sing. nom.* for *acc.* gov. by படவே. [19] படவே, from படுகிறது, *v. infin.* placed absolutely with நீங்கள், the *particle* ஏ is added for the sake of emphasis. [20] அவனவன், see VIII. 8, *nom.* to the *conjunctive* form எண்ணிக்கொண்டுவந்தால். [21] தன், see XI. 10, the in. த changed to ந, A. G. S. 33. [22] பேரை, from பேர், *sub. sing. acc.* [23] சொல்லி, see

XXIII. 4, i. c. w. உவணவன், the in. ச doubled, A. G. S. 20. [24] எண்ணிக்கொண்டுவந்தால்; *v.* comp. of the *vin.* எண்ணி, see XXV. 17, *vin.* கொண்டு, and the *conjunctive* form வந்தால், from வருகிறது, A. G. P. 1 of S. 91; the several *tenses* of the *comp. v.* கொண்டுவருகிறது added to the *vin.* of any other *verb*, give the force of continuance to the action, A. G. P. 2 of S. 106. [25] உறவரும், see III. 2, *nom.* before the *infin.* வந்திருக்க. [26] இங்கே, *adv.* see XXXIII. 22. [27] வந்திருக்க, *v. infin.* comp. of *vin.* வந்து, see III. 12, and the *infin.* of the *sub. v.* gov. by உறவரும். [28] பண்ணுவேன், from பண்ணுகிறது, *v. fut.* 1*st pers. sing.* the in. ப doubled, A. G. S. 22. [29] என்றன், see XVII. 24, agrees with உவன்.

XXXVI.

Having placed[3] them[2] thus;[1] first[4] planting[10] a blow[9] whack![8] upon[7] the Gooroo's[5] back,[6] and[12] he[11] saying,[17] "Holloa![13] I,[14] myself,[15] the Gooroo;"[16] he[18] pronounced,[20] one.[19]*

[1] இப்படி, *adv.* see XVIII. 1. [2] உவர்களை, see XXVIII. 6. [3] நிறுத்தி, see XI. 32, i. c. w. உவன், understood. [4] முந்திமுந்தி, from முந்துகிறது, *vin.* repeated, and here used *adverbially*, A. G. Note to Page 157. [5] குருவுடன், see XXVII. 8, *vett. togh.* i. c. w. முதுகின், the in. க doubled, A. G. S. 21. [6] முது

---

* The Pronoun No. 11 is honorific, while the pronoun No. 18 is not so; which, in the original, clearly indicates that the former refers to the Gooroo, and the latter to the traveller.

கொண், see XXXV. 16, *vett. togh.* gov. by the *postposition* மேலே. [7] மேலே, *postposition*, A. G. S. 147. [8] பலக்க, *a natural word.* [9] ஒட்டி, see XXXV. 17 and 18. [10] போட, from போடுகிறது, *infin.* placed absolutely with the *pron.* அவன், understood. [11] அவர், see XXXIII. 5, *hon.* placed absolutely with the *infin.* என்ன. [12] உம், *cop. conj.* [13] அப்பாடா, *interj.* [14] நான், see VI. 35, *nom.* to *sub. v.* understood. [15] தான், see VI. 40, the in. த changed to ற, A. G. S. 33. [16] ஆறு, see XXVII. 8, in apposition with நான். [17] என்ன, from என்கிறது, *v. infin.* placed absolutely with அவர். [18] அவன், see XXXV. 1. [19] ஒன்று, *noun* of *number*, used absolutely, A. G. P. 1 of S. 133. [20] என்றன், see XVII. 24.

XXXVII.

In this manner,[1] he[2] striking[6] all[3] a[4] stroke,[5] and they,[7] separately,[10] both[12] pronouncing[11] their[8] names[9] and[15] adding[14] the account,[13] they agreed[21] in perceiving,[20] that[19] even one[18] was not missing[19] of the six[16] persons.[17]

[1] இவ்வாறு, comp. of the *ind.* letter இ, A. G. P. 1 of S. 60, and வாறு, *sub. sing. nom.* put for *l. abl.* [2] இவன், see V. 2, placed absolutely with the *infin.* வீசவே. [3] எல்லாரையும், see XXVII. 1, *acc.* gov. by வீசவே. [4] ஒரு, *num. adj.* [5] வீச்சு, *sub. sing. nom.* for *acc.* gov. by வீசவே, which therefore virtually governs two *accusatives*, A. G. S. 48. [6] வீசவே, from வீசுகிறது, *v. infin.* placed absolutely with இவன்: the *particle* ஏ added (with the usual rules of orthography) appears to be expletive. [7] அவர்களும், see XXXIII. 1, the fin.

ம் changed to ங், A. G. S. 31. [8] தங்கள், see XI. 28, *vett. togh.* i. c. w. பேயர். [9] பேயர், see XXXV. 22, *nom. for acc.* gov. by உச்சரிக்க. [10] வெறுவெறாக, *adj.* வெறு repeated with the *infin.* ஆக, see XVI. 10. [11] உச்சரிக்க, from உச்சரிக்கிறது, *v. infin.* placed absolutely with அவர்கள். [12] உம், *cop. conj.* the fin. ம் changed to ங், A. G. S. 31. [13] கணக்கு, see XXVII. 10. [14] எண்ண, from எண்ணுகிறது, *infin.* coupled with உச்சரிக்க, by the *conj.* உம், repeated. [15] உம், see XXXVII. 12. [16] ஆறு, *num. adj.* [17] பேயரில், see XXXV. 22, *l. abl.* [18] ஒருவனும், see XXVI. 6, *nom.* before the *infin.* குறையாமனிற்க; the *particle* உம் is added, which followed by a *negative*, has the force of *even*, A. G. P. 5 of S. 140; the fin. ம் changed to ங், A. G. S. 31. [19] குறையாமனிற்க, *v. infin. neg.* formed by the *neg. vin.* குறையாமல், from குறைகிறது, and the *infin.* நிற்க, from நிற்கிறது, which is often used instead of the *sub. v.* A. G. P. 1 of S. 75, gov. by ஒருவனும்; the fin. ல் and in. ந might have coalesced and become ண: thus, குறையாமணிற்க, A. G. S. 37. [20] கண்டு, see VI. 7, i. c. w. அவர்கள், understood, the in. க doubled, A. G. S. 22. [21] ஒத்துக்கொண்டார்கள், *v.* comp. of *vin.* ஒத்து, from ஒக்கிறது, and கொண்டார்கள், *past. 3rd pers. pl.* agreeing with அவர்கள், understood.

XXXVIII.

Wherefore[1] being astonished,[2] greatly[5] praising[6] the divine conjurer[4] who had come,[3] (and) giving (him)[9] the stipulated[7] money,[8] (they) went away.[10]

[1] ஆகையால், *c. abl.* of ஆகை, *verbal* in ஐ, from ஆகிறது, used absolutely, A. G. Note to Page 117. [2] அதிசேயப்பட்டு, from அதிசேயப்படுகிறது, comp. of *sub.* அதிசேயம், and *v.* படுகிறது, *vin.* i. c. w. அவர்கள், understood. [3] வந்த, see XXXV. 27, *past part.* i. c. w. தேவவித்தைக்காரனை. [4] தேவவித்தைக்காரனை, from தேவவித்தைக்காரன், comp. of தேவன், and வித்தைக்காரன், *deriv. noun*, from *sub.* வித்தை, see XVIII. 5, *sing. acc.* gov. by ஸ்துதித்து. [5] மிகவும், from மிகுகிறது, *infin.* with the *particle* உம் affixed, used *adverbially.* [6] ஸ்துதித்து, from ஸ்துதிக்கிறது, *vin.* i. c. w. அவர்கள், understood. [7] சொன்ன, see XXIII. 4, *past part.* the in. ச doubled, A. G. S. 19. [8] பணத்தை, see XXXIV. 10, *sing. acc.* [9] கொடுத்துவிட்டு, comp. of *vin.* கொடுத்து, from கொடுக்கிறது, and *vin.* விட்டு, from விடுகிறது, *comp. vin.* in which the *vin.* விட்டு is redundant, A. G. P. 2 of S. 109, i. c. w. அவர்கள், understood, the in. க doubled, A. G. S. 20. [10] போனார்கள், see XXIV. 26, agrees with அவர்கள், understood, the in. ப doubled, A. G. S. 19.

FINIS.